VIETNAMESE
PHRASEBOOK

Quy... ...inh
Nguye... ...uan Thu

Vietnamese phrasebook
3rd edition – June 2000

Published by
Lonely Planet Publications Pty Ltd A.C.N. 005 607 983
192 Burwood Rd, Hawthorn, Victoria 3122, Australia

Lonely Planet Offices
Australia PO Box 617, Hawthorn, Victoria 3122
USA 150 Linden St, Oakland CA 94607
UK 10a Spring Place, London NW5 3BH
France 1 rue du Dahomey, 75011 Paris

Cover illustration
Bike-Jinks by Julian Chapple

ISBN 0 86442 661 5

text © Lonely Planet Publications 2000
cover illustration © Lonely Planet 2000

Printed by Colorcraft Ltd, Hong Kong

About the Authors

This book was jointly written by Thinh Hoang and Quynh-Tram Trinh with additions by Tinh My Hoang and was based on Lonely Planet's *Vietnamese Phrasebook 2* written by Nguyen Xuan Thu.

Thinh Hoang lives in Melbourne, Australia or more precisely in the suburb of Footscray where she was elected Footscray's Citizen of the Year in 1994. She has conducted a large number of workshops in schools and conferences on Vietnamese language and culture. On top of this she has authored books on Vietnamese language, poetry, teacher references, classroom support materials, and regularly contributes to many magazines/newspapers in Australia and overseas. She is also a Vietnamese teacher and was named the state of Victoria's LOTE (Language Other than English) teacher of the year in 1997. She wishes to thank her husband Tien Nguyen for his advice in computing techniques, as well as his overall encouragement.

Quynh-Tram Trinh is a well known young Vietnamese talent who also lives in Melbourne where she is involved in a huge number of projects both in Vietnamese community and beyond. She is a member of the Huong Xua Choir, manager of the Promoting Melbourne Project and a member of the Australian Women's Council.

From the Publisher

Natasha Velelley in between infinite other projects somehow managed to do the rather striking map. Olivier Breton was editor but also pulled some crossword clues from somewhere. Cherry Prior also supplied many, many crossword clues. The tag team of Patrick Marris and Jo Adams laid out this book – the latter graciously taking over while the former aimlessly wondered the streets of Madrid. Karin Vidstrup Monk proofed, ate dry Scandinavian crispbread and ran around tying up loose ends. Julian Chapple got loose doing the cover art and illustrations. Peter D'Onghia and Sally Steward were the overseers of this timeless project. Quentin Frayne worked his macro magic but is still talking to himself. Patrick Witton provided positive support while supplying zucchinis for the crew. Martin Hughes was there. Brendan Dempsey supplied late night cheeseballs but hogged most of them himself. Vicky Webb is living it up in Cuba while we are working like dogs.

CONTENTS

6 Contents

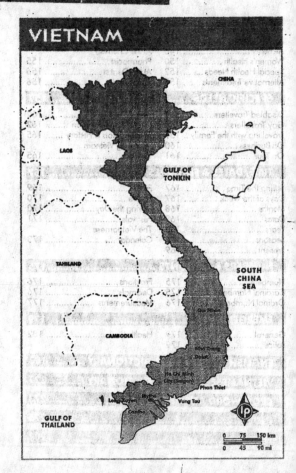

VIETNAM

CHINA

LAOS

GULF OF
TONKIN

THAILAND

SOUTH
CHINA
SEA

Qui Nhon

CAMBODIA

Nha Trang
Dalat

Ho Chi Minh
City (Saigon)

Phan Thiet

Long Xuyen   Mytho   Vung Tau

Cantho

GULF OF
THAILAND

0   75   150 km
0   45   90 mi

INTRODUCTION

After nearly half a century of war, suffering, and isolation to the outside world, Vietnam has become one of the poorest countries in Southeast Asia. Today, however, the Vietnamese people are beginning to rebuild their country with dignity and more hope of prosperity and a better future. People will probably share optimism during your stay, provided you're aware of some of the country's cultural norms, and you possess a minimum of language skills.

This phrasebook does not deal with the cultural values of the Vietnamese people. However, to help visitors begin to understand some perspectives of their culture, it is essential to describe some basic norms and cultural beliefs. The younger generation inherit cultural perspectives and expectations of life from the past generation. Respecting elderly people is a common practice among people in both urban and rural areas. The reasons are simple: their patriotism prevented foreign invasion, they have sacrificed their whole lives for the survival of their country. They are the link between the dead and the living.

While touring around Vietnam you may meet many young people with big smiles, laughter and curiosity. Don't be surprised or unsettled – they simply want to express their hospitality and friendliness to you. Their smiles or laughter have many meanings which may not be entirely clear in the first instance, however they are definitely not provocative. They are meant as tokens of generosity and tolerance. What you may have to worry about, if anything, is if people keep away from you.

You may also find it strange that you rarely hear people say 'thank you' to you or each other. This is no cause for alarm. In Vietnamese culture, expressing gratitude to a person in words has less weight than a thankful attitude.

To learn basic Vietnamese, you need to pay particular attention to the variations in pronunciation and tone as this can drastically affect a word's meaning.

If you master Vietnamese tones, you will have few problems learning Vietnamese. You will find that Vietnamese grammar is quite simple. In fact, many devoted students have learned Vietnamese and spoken it quite fluently within six months.

Vietnam's population is about 80 million. About 87% of the population are ethnic Vietnamese, **người Kinh**, 1.8% are ethnic Chinese, and the rest are ethnic Cambodian, **người Chàm**, and highlander people, **người Zao**, **người Ede**, etc.

The main religious beliefs in Vietnam are about 80% Buddhist and 10% Catholic. The remaining 10% are predominantly Taoist, Christian and Muslim.

Unlike some other countries, the Vietnamese language is the unique language spoken in the country and has no dialects. Everyone can understand each other, even though there are three distinguishable major accents: northern, central and southern.

Modern Vietnamese began to develop after a century long struggle to regaining independence from Chinese rule finally ended in 939 AD. The Vietnamese people set about rebuilding their country in all aspects. One of these was to develop a system of writing, similar to that of China, which became known as **Chữ Nôm**

The system of **Chữ Nôm** was made up from either a single Chinese character or the combination of two Chinese words. This system of writing, mainly used in the area of literature, lasted until the beginning of this century.

The modern writing system and spoken language, called **Quốc ngữ** (national written language), is based on the Roman alphabet. This system was developed in the first part of the 17th century by a European Catholic mission for religious purposes. **Quốc ngữ** became modernized and nationally accepted, and today it is the formal, and only writing system in Vietnam.

A foreign visitor who can speak some Vietnamese is appreciated and welcomed by the people. This phrasebook aims to help you understand the spirit and cultural perspective of the Vietnamese people, as well as to see the preserved nature, history and wonders in their land. We wish you good luck.

ACCENTS

There are two distinguishable accents in Vietnam – the northern and the southern. Throughout the book we have given you both examples when appropriate.

GETTING STARTED

In any language it's important to mention some of the absolute basics before you try to converse. There are six essential ways to say 'Hello' in Vietnamese. They're not too difficult to remember, as they are all chào plus a pronoun (see page 45). When asking a question, you should begin by saying xin lỗi (excuse me) plus one of the six pronouns. Note that the x is pronounced as an 's', so xin sounds like 'sin'.

Key question words are ở đâu (where), lúc nào (when) and phrases like Giá bao nhiêu? (How much is it?). The crossed đ is pronounced as an ordinary 'd' in English. When asking a question, always remember that Vietnamese is a tonal language, so avoid the temptation to raise your voice at the end of a question.

Key verbs are listed in the dictionary along with useful examples; đi (go) is very useful, especially if you remember hôm nay (today) and ngày mai (tomorrow). Memorise the words for 'bus', xe buýt and 'train' xe lửa and you should already be able to string

INTRODUCTION

some essential phrases together. If you can say **Xe buýt đi ngày mai?** (Bus go tomorrow?) it's a good start. There is no equivalent to the English 'yes' and 'no', people will usually reply by repeating the verb, such as **đi** (go). For the negative, you can add the word **không** before the verb, 'going' as in **không đi** (not going). We'll leave the rest for you to work out as you either go through the book or need to look up a word or phrase.

ABBREVIATIONS USED IN THIS BOOK

adj	adjective.	f	feminine
lit	literally	m	masculine
inf	informal	pol	polite
n	noun	sg	singular
s	subject	pl	plural
v	verb		

HOW TO USE THIS PHRASEBOOK
You Can Speak Another Language

Anyone can speak another language. Don't worry if you haven't studied languages before, or that you studied a language at school for years and can't remember any of it. It doesn't even matter if you failed English grammar. After all, that's never affected your ability to speak English! And this is the key to picking up a language in another country. You don't need to sit down and memorise endless grammatical details and you don't need to memorise long lists of vocabulary. You just need to start speaking.

Once you start, you'll be amazed how many prompts you'll get to help you build on those first words. You'll hear people speaking, pick up sounds from TV, catch a word or two that you think you know from the local radio, see something on a billboard — all these things help to build your understanding.

INTRODUCTION

Plunge In

There's just one thing you need to start speaking another language
– courage. Your biggest hurdle is overcoming the fear of saying
aloud what may seem to you to be just a bunch of sounds. There
are a number of ways to do this.

Luckily, the modern Vietnamese writing system is based on
the Roman alphabet. If you happen to forget the sound of a
particular word, a quick look at the word on paper will solve the
problem. The language is distinguishable by its phonetic sounds.
Most Vietnamese words have an accent marker or tonal symbol
on, under or over them to distinguish its meaning. Tones create
or change the whole meaning of words, and are emphasized
through intonation.

The best way to start overcoming your fear is to memorise a
few key words. These are the words you know you'll be saying
again and again, such as 'hello' **chào bạn**, 'thank you' **cám ơn** and
'How much?' **Bao nhiêu?**. Here's an important hint though: right
from the beginning, learn at least one phrase that will be useful
but not essential. Such as 'See you later' **Hẹn gặp lại** or even a
conversational piece like 'It's hot today, isn't it?' **Hôm nay nóng,
phải không?** (people everywhere love to talk about the weather).
Having this extra phrase (just start with one, if you like, and learn
to say it really well) will enable you to move away from the basics,
and when you get a reply and a smile, it'll also boost your
confidence. You'll find that people you speak to will like it too, as
they'll understand that at least you've tried to learn more of the
language than just the usual essential words.

INTRODUCTION

Ways to Remember

There are several ways to learn a language. Most people find they learn from a variety of these, although people usually have a preferred way to remember. Some like to see the written word and remember the sound from what they see. Some like to just hear it spoken in context (if this is you, try talking to yourself in Vietnamese, but do it at home or somewhere private, to give yourself confidence, and so others don't wonder about your sanity!). Others, especially the more mathematically inclined, like to analyse the grammar of a language, and piece together words according to the rules of grammar. The very visually inclined like to associate the written word and even sounds with some visual stimulus such as illustrations, TV and general things they see in the street. As you learn, you'll discover what works best for you – be aware of what made you really remember a particular word, and if it sticks in your mind, keep using that method.

Kicking Off

Chances are you'll want to learn some of the language before you go. The first thing to do is to memorise those essential phrases and words. Check out the basics and don't forget that extra phrase. Try the sections on making conversation or greeting people for a phrase you'd like to use. Write some of these words and phrases down on a piece of paper and stick them up around the place: on the fridge, by the bed, on your computer, as a book-mark – somewhere where you'll see them often. Try putting some words in context – the 'How much is it?' **Giá bao nhiêu?** note, for instance, could go in your wallet.

Building the Picture

We include a chapter on grammar in our books for two main reasons.

Firstly, some people have an aptitude for grammar and find understanding it a key tool to their learning. If you're such a person,

then the grammar chapter in a phrasebook will help you build a
picture of the language, as it works through all the basics.

The second reason for the grammar chapter is that it gives
answers to questions you might raise as you hear or memorise
some key phrases. You may find a particular word is always used
when there is a question – check out the grammar heading on
questions and it should explain why. This way you don't have to
read the grammar chapter from start to finish, nor would you
need to memorise a grammatical point. It will simply present
itself to you in the course of your learning. Key grammatical points
are repeated through the book.

Any Questions?

Try to learn the main question words. As you read through
different situations, you'll see these words used in the example
sentences, and this will help you remember them. So if you want
to hire a bicycle, turn to the Bicycles section in Getting Around
(use the Contents or Index pages to find it quickly). You've already
tried to memorise the word for 'where' ở đâu and you'll see the
word for 'bicycle' 'xe đạp'. When you come across the sentence
'Where can I hire a bicycle?' Tôi có thể mướn xe đạp ở đâu?,
you'll recognise the key words and this will help you remember
the whole phrase. If there's no category for your need, try the
dictionary (the question words are repeated there too, with
examples), and memorise the phrase 'How do you say (this word)?'
Bạn nói (chữ này) như thế nào?

I've Got a Flat Tyre

Doesn't seem like the phrase you're going to need? Well, in fact it
could be very useful. As are all the phrases in this book, provided you
have the courage to mix and match them. We have given specific
examples within each section. But the key words remain the same
even when the situation changes. So while you may not be planning
on any cycling during your trip, the first part of the phrase 'I've got,....'

INTRODUCTION

'Tôi có...' could refer to anything else, and there are plenty of words in the dictionary that, we hope, will fit your needs. So whether it's 'a ticket' 'một tấm vé' or 'a visa' 'một tờ visa', you'll be able to put the words together to convey your meaning.

The last points ...

Remembering the absolute basics in any language before you try to converse is essential. In Vietnamese, when asking a question, always remember that Vietnamese is a tonal language so avoid the temptation to raise your voice at the end of the question. Do not stress the words either unless you really want to express your opinion and make a statement.

... and finally

Don't be concerned if you feel you can't memorize words. On the inside front and back covers are the most essential words and phrases you'll need. You could also try tagging a few pages for other key phrases, or use the notes pages to write your own reminders.

PRONUNCIATION

Vietnamese has three regional accents, southern, central and northern, but no dialects. This means that when you learn Vietnamese, with any accent, you'll usually be able to communicate with Vietnamese people from any region. (see page 11)

However, the two main accents that are most commonly spoken are southern and northern Vietnamese. Throughout the book we have given you both examples where appropriate. The first examples are shown at the end of this section. The southern accent will always be first followed by the northern; the two words are divided by a slash or semi colon.

To speak and be understood correctly, you need to become familiar with how words, vowels, diphthongs and triphthongs are pronounced. The following 'rules' of pronunciation will help you master Vietnamese in a fairly quick period of time.

VOWELS

Note that **i** and **y** sound exactly the same. No clear cut rule on their different uses have been agreed upon so far.

a	as the 'a' as in 'father'
ă	as the 'o' in 'mother' (this sound is similar to **a** but is higher and sharper in tone)
â	as the 'u' in 'but'
e	as the 'ai' in 'fair'
ê	as the 'ay' in 'play'
i/y	as the 'i' in 'machine'
o	as the 'aw' in 'saw'
ô	as the 'o' as in 'obey'
ơ	as the 'er' in 'fern'
u	as the 'u' in 'pull'
ư	as 'ur'. Try to pronounce 'er' by just opening both jaws of your mouth. Now, pronounce 'u' by pushing your lower jaw forward.

PRONUNCIATION

Diphthongs

There are 26 diphthongs in Vietnamese.

ai	as the 'ye' in 'bye'
ay	as the 'ay' in 'hay'
ao	as the 'ow' in 'how'
au	as the 'ow' in 'bow' – however, end the sound with a 'u' instead of an 'o'.
ây	as the 'ey' in 'hey'
âu	as the 'o' in 'yoghurt'
eo	as the 'ell' in 'smell'
êu	as 'ch + u'
ia	as the 'ee' in 'deer'
iê	as in 'ee + ch'
iu	as the 'ea' in 'deal'
yê	as in 'ee + ch'
oa	as in 'o + a'
oi	as in 'o + ee'
ôi	as in 'oh + ee
ơi	as in 'er + ee'
ua	as in 'u + a'
uâ	as in 'u + ay'
uê	as in 'u + ch'
ui	as in 'u + ee'
uy	as in 'u + ee'
uô	as in 'u + oh'
ưa	as in 'ur + a'
ưi	as in 'ur + ee'
ươ	as in 'ur + er'
ưu	as in 'ur + u'

Triphthongs

There are approximately 18 triphthongs in Vietnamese. Most of the triphthongs are preceded by the letters q or kh. These are:

uya	'u + ia'
uyê	'u + et'
uyu	'u + ee + u'
uêu	'u + ch + u'

uây	'u + ey'
oeo	'o + eo'
ueo	'u + eo'
oai	'o + ai'
uai	'u + ai'
uau	'u + ow' (only after q)
oay	'o + ay'
uay	'u + ay'
uâu	'u + ou' (only after q)
iêu	'i + eh + u'
yêu	'i + eh + u'
ươu	'ur + er + u'
ươi	'ur + er + i'
uôi	'u + oi'

CONSONANTS

b	as the 'b' in 'bed'
c	as the 'k' in 'ski' (never before e, ê and i)
ch	as the 'ch' in 'chop'
d or gi	as the 'y' in 'young' for the southern accent
	as the 'z' in 'zoo' for the northern accent
đ	as the 'd' in 'dog'
g	as the 'g' in 'game'
gh	as the 'g' in 'game' (only before e, ê and i/y)
h	as the 'h' in 'hat'
k	as the 'k' in 'sky' (only before e, ê and i/y)
kh	as the 'k' in 'kilo'
l	as the 'l' in 'lime'
m	as the 'm' in 'me'
n	as the 'n' in 'no'
ng/ngh	as the 'ng' in 'singer'
nh	as the 'ny' in 'canyon'
p	as the 'p' in 'map' (final consonant only)
ph	as the 'ph' in 'photo'
q	(always goes with u) as the 'wh' in 'when' for a southern accent
	as the 'qu' in 'queen' for a northern accent

PRONUNCIATION

r   as the 'r' in 'rock'

s   as the 's' in 'sugar'

t   as the 't' in 'stop' – try touching your throat when saying **tai**, your throat should vibrate.

th   as the 'th' in 'thick' – **th** in Vietnamese is not to be pronounced between the teeth. Try touching your throat when saying **thơm** as in 'term', your throat should also vibrate but only slightly.

tr   as the 'tr' in 'train'

v   as the 'v' in 'vast'

x   as the 's' in 'soldier'

The only strongly aspirated (pronounced with a breath following it as the 'p' in 'pat') sound in Vietnamese is **th** as in **thay**, meaning to change (clothes). As stated before, 'th' in Vietnamese shouldn't be pronounced between the teeth, but behind the teeth.

Tones in Vietnamese can be difficult for non-Vietnamese speakers. When a tone in a word is changed, the meaning of that word changes accordingly. There are six tones and each syllable has a tone of its own. Different tones for the same syllable have different meanings. These tones become clearer as you hear them. The six tones are:

dấu ngang
(no marker and mid level)

   ma   ghost
   begin and remain at about the middle of your
   normal voice range.

dấu sắc
(marker and high rising)

   má   mother/cheek
   begin high and rise sharply

dấu huyền
(marker and low falling)
    mà   which/but
    begin low and fall lower

dấu hỏi
(marker and low rising)
    mả   tomb
    begin quite low, dip slightly and then rise to a higher pitch

dấu ngã
(marker and high broken)
    mã   horse
    begin slightly above the middle level, dip slightly and
    then rise sharply

dấu nặng
(marker and low broken)
    mạ   rice seedling
    begin low and fall immediately to a lower level and then stop

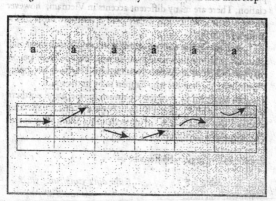

PRONUNCIATION

PRONUNCIATION

STRESS

Vietnamese speakers do not use stress often, simply because in a tonal language, there is already enough emphasis placed on each word through the tones. However, when presenting information or expressing an opinion, people may emphasize particular words in a sentence to get their point across.

SOUTHERN & NORTHERN ACCENTS

Local people in different regions of Vietnam can easily tell which part of the country you come from by listening to your pronunciation. There are many different accents in Vietnam, however the two main distinct and widely used accents are those of the south and north.

If you speak with a southern accent, northern Vietnamese should generally be able to understand you. In rural areas however, people may not be able to understand your accent. This case also applies to northern Vietnamese who happen to be in the south.

A knowledge of the difference between southern and northern accents can be helpful. Even if you only want to practise speaking with one particular accent, an understanding of the other accent can be extremely helpful.

An example of regional difference is:

Bạn định dùng gì?   *bahn diny yung/zung yi/zi?*
What will you have?   (south)/(north)

The consonants d and g are pronounced as y in the south, g is usually followed by i.

Bạn muốn dùng gì?   *bahn mu-on yung yi?*
What would you like?

Tôi muốn giữ gìn nó.   *toi mu-on yer-ur yin no*
I want to keep it.

In the north if a word starts with d, r and gì, these are pronounced z.

Bạn muốn dùng gì?   *bahn mu-on zung zi?*
What would you like?

Tôi muốn giữ gìn nó.   *toi mu-on zer-ur zin no*
I want to keep it.

Tôi đi ra ngoài một chút.   *toi đi za ngo-ai mot chut*
I'm going out for just a little while.

q is pronounced in the south as w and in the north as kw.

In the south:
Cái này mắc quá.   *kai nay mahk wua*
This one is very/too expensive.

In the north:
Cái này mắc quá.   *kai nay mahk kwua*
This one is very/too expensive.

Southerners pronounce the final consonant -n as the 'ng' in 'singer'
   vô dụng   *yo yoong*   useless

They also pronounce the endings -t as -c and -au as -ao (See diphthongs page 18).

Cặp mắt kiếng   *kup mahk kierng*
này mắc quá.   *nay mahk wua*

This pair of glasses is too expensive.

Cây cau cao quá. *kay kow kow wua*

The areca tree is so tall.

Northerners pronounce initial sounds **tr-** with **ch-**, and **s-** (as in sugar) with **x-** (See diphthongs page 18).

Tôi trồng cây chuối. *toy chong kay choo-o-ee*

I'm planting a banana tree.

Tôi đang xem sách. *toy darng xem xack*

I am reading a book.

Vietnamese is a tonal language and is written in Roman script. The basics are quite simple to master and with a bit of work you'll pick them up in no time. Words never change their form. Nouns have no masculine/feminine or plural forms and verbs have only one form regardless of gender, person or tense. Instead, classifiers are used to show a word's relationship to its neighbours. Thus, to understand how the language works and to successfully use and speak Vietnamese, an understanding of grammar is vital.

SENTENCE STRUCTURE

Like English, Vietnamese sentence order is subject-verb-object, as follows:

subject (s):	she	cô ấy
verb (v):	to eat	ăn
object (o):	rice	cơm

For affirmative statements:

She eats rice. Cô ấy ăn cơm.
(s + v + o)

For negative statements:

She does not eat rice. Cô ấy không ăn cơm.
(s + không + v + o)

For questions:

Does she eat rice? Cô ấy có ăn cơm không?
(s + có + v + o + không)

In any question which has as an auxiliary preceding a verb, as in, 'Will she have dinner?' or 'Is she having dinner?', questions in Vietnamese must have the following pattern: s + v + o + phải không

Will she have dinner? Cô ấy sẽ ăn tối, phải không?
Is she having dinner? Cô ấy đang ăn tối, phải không?

NOUNS

Nouns in Vietnamese have no masculine/feminine or plural forms.
There are both one-word nouns and compound (two-word) nouns.

One-Word Nouns

letter	**thư**
paper	**giấy**
ink	**mực**

Two-Word Nouns

bank	**ngân hàng/nhà băng**
supermarket	**siêu thị**
airport	**phi trường**

Plural Nouns

Nouns in Vietnamese have no masculine/feminine or plural forms.
The definite article **các** or indefinite article **những** are used to
express the plural meaning. For example:

Tôi thích **các** bài hát trong CD này.	I like the songs on this CD.
Tôi thích **những** bài hát vui.	I like happy songs.

IS CLUMSY

The verb thì/là (to be) is believed to make Vietnamese sentences sound clumsy and heavy, especially when followed by an adjective or an adverb, hence educated Vietnamese people usually try to omit this verb from their speaking or writing.

Hue is smaller than Hanoi.	Huế (thì) nhỏ hơn Hà nội.
I am well.	Tôi (thì) khoẻ.
Your driving is very good.	Bạn lái xe rất (là) giỏi.

PERSONAL PRONOUNS

The common personal pronouns in Vietnamese are:

Singular		Plural	
1st Person			
I/me	tôi	we	chúng tôi
		we all	chúng ta
2nd Person			
you (pol) (married man/grandfather)	ông	you	các ông
you (pol) (married woman/grandmother)	bà		các bà
you (inf)(young man/older brother)	anh		các anh
you (inf)(older lady)	chị		các chị
you (pol) (single lady/ female teacher/aunt)	cô		các cô
you (inf) (younger person/sibling)	em		các em
you (collective)	quí vị		
3rd Person			
he (married man)	ông ấy	they	các ông ấy
she (married woman)	bà ấy		các bà Ấy
he (young man)	anh ấy		các anh ấy
she (older woman)	chị ấy		các chị ấy
she (single woman)	cô ấy		các cô ấy
he/she (younger person)	em ấy		các em ấy (collective) họ
it/he/she (young child/ animal of)	nó		chúng nó

GRAMMAR

Vietnamese pronouns vary depending on age, sex, social position, level of intimacy, and close or distant relationships. ông, bà and cô are not technically pronouns but rather serve as titles, similar to the English 'Mr', 'Mrs' and 'Miss'.

If you're unsure of how to address someone, apply the following rules of thumb:

- It's safe to address a man of any status as ông.
- Young women whether married or not may be addressed as cô, even if they are married they're flattered to be thought of as single.
- Middle aged and older women may be addressed as bà.

Pronouns can change according to the level of intimacy acquired. For example if you become friendlier with a woman you initially addressed as bà, an expression of this might be to begin addressing each other more informally. Hence you could begin addressing her as chi.

EM EM ...

In theory the personal pronoun em is used to call someone younger than you. But, be careful! If you are a male you should never call a younger female em, especially in front of her partner, because they might suspect that you are in love with her. Cô or bà is safer.

DEMONSTRATIVE PRONOUNS

Vietnamese uses the following demonstrative pronouns. The first example of each can apply to people, animals and objects:

This
Đây

This is Miss Uyên   Đây là Cô Uyên.

Cái này (objects only)

This looks like new.   Cái này trông như mới.

That
Kia/Đó

That is One Pillar Pagoda.   Kia/Đó là Chùa Một Cột.

Cái kia (objects only)

That is bigger.   Cái kia lớn hơn.

These
Đây

These are my friends.   Đây là các bạn tôi.

Những con/cái này
(animals/objects only)

These are expensive.   Những con/cái này đắt.

Those
Kia/Đó

Those are my dogs.   Kia/Đó là những
con chó của tôi.

Những con/cái kia/đó
Those (animals/objects only)

Those look healthy.   Những con kia/đó trông
khoẻ mạnh.

SOUNDS OF THE SOUTH

The consonants d and g are pronounced as y in the south.

WORD ORDER

Nouns precede adjectives:

a fat cat	một con mèo mập
	(lit: a the cat fat)
a polite boy	một đứa bé lễ phép
	(lit: a the child polite)

Nouns precede possessive adjectives. In Vietnamese, **của** means 'of'. It can be omitted. The examples below show that the first word is the classifier, the second word the noun, the third word means 'of', and the last word is the possessive adjective.

my cat	con mèo (của) tôi
	(lit: the cat of me)
your cat	con mèo (của) anh
his cat	con mèo (của) anh ấy
her cat	con mèo (của) cô ấy
our cat	con mèo (của) chúng tôi
your cat	con mèo (của) các anh
their cat	con mèo (của) họ

Nouns precede demonstrative adjectives:

this ring	chiếc nhẫn này
	(lit: the ring this)
that window	cái cửa sổ ấy
	(lit: the window that)

SHORT SOUTHERNER

In the South you may hear the contracted forms of the third Person, like this:

ổng	instead of	ông ấy
bả	instead of	bà ấy
ảnh	instead of	anh ấy
chỉ	instead of	chị ấy
cổ	instead of	cô ấy

GRAMMAR

Sentences with Adjectives

Affirmative Statement:
I am well.

Tôi mạnh.
(lit: I well)

Negative Statement:
I am not well.

Tôi không mạnh.
(lit: I not well)

Question:
Are you well?

Anh mạnh không?
(lit: you well not)

Sentences with Adjectives & Adverbial Modifier

Affirmative Statement:
I'm very well.

Tôi mạnh lắm.
(lit: I well lắm)

Negative Statement:
I'm not very well.

Tôi không mạnh lắm.
(lit: I not well lắm)

VERBS

Unlike English verbs, Vietnamese verbs do not change their forms.
They remain the same regardless of gender, person or tense.

to eat	ăn
rice	cơm
I eat rice every day.	Tôi ăn cơm mỗi ngày.
	(lit: I eat rice every day)
I ate rice yesterday.	Tôi ăn cơm hôm qua.

The verb ăn stays the same, but the modifier đã can be put before
to emphasise the past action. (see page 33)

(see page 33)

Use of 'To Be' or 'Là'

The verb là is only used for equating the subject and predicate (both usually noun phrases).

I am a student.	Tôi là sinh viên.
	(lit: I student)
Your driving is (very) good.	Chị lái xe như
	vậy (rất) là giỏi.
	(lit: you drive car like
	that very is good)

However, the verb là is not used to indicate place. This is where Vietnamese differs from the English.

I am in Vietnam.	Tôi ở Việt Nam.
	(lit: I ở Vietnam)

Instead of the verb là, the verb ở is used to indicate place. For negative statement, là follows không phải. For example:

He is not a teacher.	Anh ấy không phải là
	thầy giáo.
	(lit: he không phải là teacher)

In addition, when used with adjectives, the verb là is omitted:

I am thirsty/well.	Tôi khát/khỏe.
	(lit: I thirsty/well)

Tenses

A number of verbal modifiers can be used to specify the time of the action. These verbal modifiers always precede the main verb. There are three types of verbal modifiers.

The first indicate past actions:

đã – past tense maker

I meet her.	**Tôi gặp cô ấy.**
	(lit: I meet her)
I met her.	**Tôi đã gặp cô ấy.**

có – past tense maker, used to ask and answer a question

Did you buy the newspaper?	**Anh có mua báo không?**
Yes, I did.	**Có.** (add **tôi có mua báo** for a more formal answer)

mới/vừa – just/just now:

I meet her.	**Tôi gặp cô ấy.**
I just met her.	**Tôi mới/vừa gặp cô ấy.**

chưa – not yet:

I meet her.	**Tôi gặp cô ấy.**
I haven't met her.	**Tôi chưa gặp cô ấy.**
	(lit: I not yet met her)

The second indicate continuous actions:

đang/đương – to be in the process:

He drinks beer.	**Ông ấy uống bia.**
He is drinking beer.	**Ông ấy đang uống bia.**

còn – still:

He drinks beer.	**Ông ấy uống bia.**
He is still drinking beer.	**Ông ấy còn uống bia.**

GRAMMAR

To state emphasis, **đang** is used either by preceding or following **còn** with no difference in meaning.

He is still drinking beer.	Ông ấy còn đang uống bia;
	Ông ấy đang còn uống bia.

The third type of verbal modifiers indicate future actions:

Sẽ – to convey future – equivalent to 'will' or 'shall'.

I sing.	Tôi hát.
I will sing.	Tôi sẽ hát.

Sáp – to convey the near future – equivalent of 'going to' or 'about'.

He leaves	Ông ấy đi.
He is about/going to leave.	Ông ấy sắp đi.

ENJOYED OR SUFFERED?

When choosing **được** or **bị** to place before a verb to form the passive voice, Vietnamese people take into account their feelings and the meaning of the verb as well. Được has positive connotations and bị negative.

Tôi được mời đi ăn tiệc.	I was invited to a party.
	(I enjoyed it)
Tôi bị mời đi ăn cưới.	I was invited to a wedding.
	(I didn't want to go)
Tôi được khen.	I was praised.
	(I enjoyed being praised)
Tôi bị phạt.	I was fined.
	(I suffered being fined)

GRAMMAR

Modals

A modal is a term used to modify the meaning of a verb, as in 'can do', 'want to go', 'should sleep', etc. In Vietnamese, modals are always placed before verbs.

The more common modals are:

có thể – Can

I can buy.	**Tôi có thể mua.**
	(lit: I can buy)
I can't buy.	**Tôi không thể mua.**
	(lit: I not can buy)
Can I buy?	**Tôi có thể mua không?**
	(lit: I can buy not)

muốn – Want

I want to go.	**Tôi muốn đi.**
I don't want to go.	**Tôi không muốn đi.**
Do I want to go?	**Tôi có muốn đi không?**

cần – Need

I need to sleep.	**Tôi cần ngủ.**
	(lit: I want sleep)
I need not to sleep.	**Tôi không cần ngủ.**
	(lit: I not want sleep)
Do I need to sleep?	**Tôi có cần ngủ không?**
	(lit: I want sleep not)

phải – Must/have to

You must go.	**Anh phải đi.**
	(lit: you must go)
You must not go.	**Anh không phải đi.**
	(lit: you not must go)
Must you go?	**Anh có phải đi không?**
	(lit: you must go not)

GRAMMAR

nên – Should/ought to

You should be kind.	Anh nên tử tế.
	(lit: you should nice)
You shouldn't be kind.	Anh không nên tử tế.
	(lit: you not should kind)
Should you be kind?	Anh có nên tử tế không?
	(lit: you should kind not)

Other words serving a modal function are:

có – Exist/be (definite)

Is Thai at home?	Thái có nhà không?
	(lit: Thai at home not)
There are four people who came.	Có bốn người đến.
	(lit: have four people come)

còn – Remain/be left/still

My sister is still in Vietnam.	Chị tôi vẫn còn kẹt lại ở Việt Nam.
	(lit: sister me still remain in Vietnam)
There is still some milk left.	Còn một chút sữa còn lại.
	(lit: still a bit milk left)
She is still at home.	Chị ấy còn ở nhà.
	(lit: she still at home)

nên/phải – Be appropriate/necessary/must/should

Is it appropriate?	Có nên chăng?
	(lit: should not)
It is necessary we discuss it.	Chúng ta nên thảo luận.
	(lit: we should discuss)
You must do it.	Anh nên làm việc đó.
We must do it.	Chúng ta phải làm việc đó.

thiệt/thật (south) – True/truly/really

| That story is true. | Câu chuyện ấy có thật. |
| | (lit: the story that true) |

I truly mean it.	**Tôi nói thật đây; thiệt đó.** (south) (lit: I speak truly)
The dog is really vicious.	**Con chó thật dữ.**

thường – Often/usually/frequently

I often go and visit ...	**Tôi thường đi thăm ...** (lit: I often go visit)
She usually goes this way.	**Chị ấy thường đi qua đường này.** (lit: she usually goes past this way)
I speak to him frequently.	**Tôi thường nói chuyện với ông ta.** (lit: I often talk with him)

COMMANDS

There are two ways to express a command in Vietnamese.
Emphasis on the verb:

Stand up!	**Đứng lên!**

Adding the word **đi** to the end of the command:

Sleep!	**Ngủ đi!**

Commands in the negative are formed by the word **đừng**:

Don't run!	**Đừng chạy!**
Don't be sad!	**Đừng buồn!**

Negative Commands

In Vietnamese the word **cấm** is used to express prohibition.

No smoking.	**Cấm hút thuốc!**
No littering.	**Cấm xả rác!**

GRAMMAR

SOFTENING COMMANDS

To soften commands, the following terms, roughly
equivalent to 'please', 'would you mind' 'could you'
etc are added:

Polite, affirmative, addressing the listener only:
Hãy/Xin
   Hãy đứng lên!
   Xin đứng lên!
   Stand up, please!

   Hãy dừng lại!
   Xin dừng lại!
   Please stop!

Very polite, affirmative, adressing the listener only (often
used when asking a favour):
Xin vui lòng; Làm ơn
   Xin vui lòng lặp lại.
   Would you mind repeating it?
   Làm ơn nói chậm lại.
   Could you please speak more slowly?

Affirmative, including the speaker:
Nào cùng
   Nào cùng hát!
   Let's sing!

Negative, addressing the listener only:
Xin đừng
   Xin đừng chạy!
   Please don't run!

QUESTION WORDS

Question words except for 'sao/tại sao/vì sao 'why', are placed at the end of a question. However when asking very short questions such as 'Who's that?', Ai vậy? or 'What's that?', Cái gì vậy? the question words ai, 'who' and gì/cái gì, 'what' are put at the beginning of the sentence.

who ai

Who did you meet?
Anh đã gặp ai?
(lit: you already meet who)

which nào

Which school?
Trường nào?
(lit: school which)

what gì/cái gì

What's your name?
Em tên gì?
(lit: you name what)

What is this?
Cái này là cái gì?
(lit: this is what)

where đâu/ở đâu

Where do you go?
Anh đi đâu?
(lit: you go where)

Where do you work?
Anh làm ở đâu?
(lit: you work ở where)

why sao/tại sao/vì sao

Why do you say that?
Tại sao anh nói thế?
(lit: why you say so)

how bằng cách gì/làm sao/thế nào

How did you get here?
Anh đến đây bằng cách gì?
(lit: you come here by means what)

How do you do this?
Chị làm cái này như thế nào?
(lit: you do this how)

GRAMMAR

when **lúc nào/bao giờ**

When did you arrive?   **Anh đến lúc nào?**
                               (lit: you come when)

When will you finish?   **Bao giờ anh sẽ xong?**
                               (lit: when will you finish)

If **lúc nào** or **bao giờ** is placed before a question, it will convey a future meaning, as in: **Lúc nào/bao giờ anh đến?**, 'When will you arrive?'

Asking Questions

Be aware that when Vietnamese speakers put a question to you to ask your opinion or confirm your understanding, they often put the question in the double-negative form. In these instances, you need to answer the questions according to the Vietnamese way, as follows:

You don't understand, do you?   **Anh không hiểu, phải không?**
                                 (lit: you not understand
                                 phải not)

To say that you understand:
    Yes, I understand   **Không, tôi hiểu**
                                 (lit: no I understand)

To say that you do not understand:
    No, I don't understand   **Vâng, tôi không hiểu**
                                 (lit: yes I not understand)

This one doesn't look   **Cái này nhìn không đẹp,**
beautiful, does it?   **phải không?**
                                 (lit: this looks not
                                 beautiful does it)

To agree, you say:

No, it doesn't look beautiful at all.

Vâng, cái này nhìn không đẹp tí nào.
(lit: yes it looks not beautiful at all)

To disagree, you say:

Yes, it does!

Đâu có/không, cái này nhìn đẹp lắm mà!
(lit: no this looks beautiful very indeed)

COMPARATIVES

The word **bằng** meaning 'as ... as' is put after an adjective and is normally used for comparisons:

Thai is as tall as An.

Thái cao bằng An.
(lit: Thai tall bằng An)

The word **hơn** meaning 'more or less than' is put after an adjective and is normally used for comparisons:

Huế is smaller than Hanoi.

Huế nhỏ hơn Hà nội.
(lit: Huế small hơn Hanoi)

He is taller than me.

Anh ấy cao hơn tôi.
(lit: he tall hơn me)

Superlatives

The word **nhất** meaning 'the best' follows the adjective and is used for superlative forms:

She is the richest in the family.

Cô ấy giàu nhất nhà.
(lit: she rich nhất home)

This house is the tallest.

Cái nhà này cao nhất.
(lit: the house this tall nhất)

GRAMMAR

Adverbials

The words **rất/lắm** meaning 'very' and **quá** meaning 'too/extremely/so' are often used to express adjectives more vividly:

She is very beautiful.	Cô ấy rất đẹp.
He came too late.	Anh ta đã đến quá trễ.
That car is extremely expensive.	Chiếc xe đó quá đắt.
That dress is so expensive.	Cái áo đó quá đắt.

CLASSIFIERS

In Vietnamese classifiers are used to categorise things with similar properties (flat, long, animals etc). Note that the classifiers **con**, **đứa**, **chiếc**, **cái** remain with the nouns even when **một**, **này**, **kia** (a/this/that) are added (see page 29).

Classifiers are used in the following situations:

- when preceded by an amount and followed by a noun:

  three cats   **ba con mèo**

- when used with a demonstrative pronoun such as 'this', 'that', 'these', 'those':

  this house   **cái nhà này**
  (lit: cái house this)

- when there is a definite meaning, normally identified by an adjective:

  the long ruler   **cái thước dài**
  (lit: cái ruler long)

- when there is a possessive adjective:

  my dog   **con chó của tôi**
  (lit: con dog of mine)

- for a person: **người**
  - a man   **người đàn ông**
  - a woman   **người đàn bà**

- for an animal: **con**
  - a cat   **con mèo**
  - a dog   **con chó**

- for an inanimate object: **cái**
  - a table   **cái bàn**
  - a chair   **cái ghế**

- for an individual item: **chiếc**
  - a shoe   **chiếc giày**
  - a car   **chiếc xe**

- for a tree or a plant: **cây**
  - an orange tree   **cây cam**
  - a banana tree   **cây chuối**

- for a fruit: **trái/quả**
  - a mandarine   **trái/quả quýt**
  - a grape   **trái/quả nho**

- for a flower: **bông/hoa**
  - a rose   **bông/hoa hồng**
  - a carnation   **bông/hoa cẩm chướng**

- for a set: **bộ**
  - a set of table and chairs   **bộ bàn ghế**
  - a skeleton   **bộ xương**

- for a flat object: **bức**
  - photograph   **bức ảnh**
  - wall   **bức tường**

- for a couple or pair: **cặp/đôi**
  - a pair; a couple of glasses   **cặp kiếng**
  - (a pair of) chopsticks   **đôi đũa**

GRAMMAR

USEFUL WORDS

about (approximately)	khoảng
above	trên
and	và
after	sau
at	tại/ở/nơi
because	vì; bởi vì
before	trước
behind	đằng sau
between	giữa; ở giữa
but	nhưng
far	xa
for (me)	cho (tôi)
from	từ
here	ở đây
if	nếu
in	trong
in front of	đằng trước; phía trước
near	gần
on	trên
on top of	trên, trên đầu
or	hay là
out	ngoài
that/those	cái kia/những cái kia
there	ở đó
this/these	cái này/những cái này
to	đến
under	dưới; ở dưới; ở phía dưới
with	với

SOCIAL ETIQUETTE · Nghi Thức Xã Giao

There are a number of 'rules' which are extremely useful to remember when meeting and greeting Vietnamese people.

Hierarchical Title · Xưng Hô Theo Thứ Bậc

Firstly remember that greetings in Vietnamese do not specify a particular time of the day (good morning/afternoon, etc), greetings contain the hierarchical title of the person being addressed, which varies according to age and the relationship you have with this person.

Usually, **bác** is used to address both females and males who are older than your parents. **Cô** is used to address females who are younger than your mother and **chú** is used to address males who are younger than your father.

For females who are a few years older than you, it is best to address them as **chị**. Similarly, for males who are a few years older than you, it is best to address them as **anh**. For those who look younger than you call them **em**, both for females and males. It's probably safest to use it with children and teenagers only, as a lot of Vietnamese people look much younger than their age.

In terms of a family relationship, an older male/female still must address a younger male/female as **cô, chú, chị** or **anh**, if the nature of relationship dictates so.

Using Appropriate Hello Words
Chào Hỏi Đúng Cách

The second thing to remember is to use the appropriate hello words while in South and North Vietnam. For 'hello' in the south use **thưa** and in the north use **chào** or **chào** + hierarchical title + **ạ**.

In the South:	In the North:
Thưa bác	**Chào bác**
	Chào bác ạ!

For those who are younger than you just use **chào em** both in the south and north.

Body Language Nói Bằng Cử Chỉ

The third thing to take into account relates to your body language. When men meet, they shake hands whereas women don't. Smiles work wonders in Vietnam so smile when you meet someone. For older and respected people (monks, nuns, etc), bow your head slightly when addressing them. If you wear a hat, take if off. It's worth remembering that the head is the symbolic highest point in Asia, so never pat or touch someone on the head.

The traditional Vietnamese form of greeting is to press your hands together in front of your body and bow slightly. Although this traditional greeting is no longer used by the majority of the population, it's still used by Buddhist monks and nuns, so it's proper to respond in kind.

It should also be mentioned that shaking hands between men and women is uncommon in Vietnam. However, being arm in arm with friends of the same sex is acceptable. Couples kissing each other are seen very rarely. The sign of crossing two fingers together in front of a female person is considered very rude. It is also considered very impolite to beckon someone with your finger.

Body Contact Sự Tiếp Xúc Trực Tiếp

The last point to keep in mind is body contact. When you first meet someone the body contact is minimal. However, expect people to touch your arms and shoulders when you have become familiar to them. This mainly occurs between males and between older and younger people, however never between males and females of similar age. Depending on your level of comfort with body contact, it is proper to respond in kind. Also expect people to laugh much more loudly once you've become familiar to them.

YOU SHOULD KNOW   Bạn Nên Biết

In reality people would rarely call you *bạn*. *Bạn* is used in this book as a neutral pronoun to represent any of these terms: ông, bà, anh, chị, em, cô, etc and is written in italics to clarify this point. (See page 27)

Hello.	Xin chào/Chào *bạn*!
Goodbye.	Tạm biệt.
Yes.	Dạ/vâng.
No.	Không.
Excuse me.	Xin lỗi.
Please.	Làm ơn.
Thank you.	Cảm ơn.
Many thanks.	Cảm ơn thật nhiều.

GREETINGS & GOODBYES   Chào Hỏi

The all-purpose greeting is **Chào *bạn*!**

Good morning.	Chào *bạn*!
Good day (noon).	Chào *bạn*!
Good afternoon.	Chào *bạn*!
Good evening.	Chào *bạn*!
Hello/Hi.	Chào; xin chào.
Goodbye.	Tạm biệt.
Bye.	Xin chào.

Civilities   Phép Lịch Sự

Within family circles and among friends, the Vietnamese normally don't say 'thank you' as much as you may be used to. So when you do someone a favour and they do not explicitly say 'thank you', don't be upset. They consider you as a family member or a close friend.

Having said this the expression for 'thank' is **Cảm ơn**. More adequately, people may say 'thank you', **Cảm ơn ông (bà/anh/chị/em)**. A suitable response would be 'Not at all', **Không có chi/gì** (lit: nothing).

Instead of saying 'thank you', Vietnamese people normally express their gratitude with an expression, such as:

You are very kind to me.	**Ông/bà/anh/chị quá từ tế đối với tôi.**
	(lit: you very kind to me)

If someone invites you to a dinner, before you leave their place, a polite response may be:

You have cooked me a very delicious meal.	**Bà cho ăn ngon quá**
	(lit: madam give eat delicious very)
Thank you (very much).	Cảm ơn (rất nhiều)
You're welcome.	Không có chi.
Excuse me/Sorry. (pol)	Xin lỗi.
May I/Do you mind?	Tôi có được phép/Bạn có ngại không?

Forms of Address   Danh Xưng

Vietnamese people only use the terms ông, 'Mr' and bà 'Mrs', on first meeting someone or when addressing an elderly person. Once they have met someone many times, they have to change the form of address. As explained earlier, they may call you chú, 'uncle', if you're around the age of their father's younger brother. If you are younger than them, they may call you em, meaning 'younger sibling'. The reason is that the Vietnamese people prefer to establish family relationships rather than to remain neutral or formal. If, after having met someone many times, she or he still uses the formal form of address, it is an indication that there are some difficulties in your relationship.

The form of address in Vietnamese varies according to the addressees' social position and age. If you hold a position of importance, the Vietnamese people normally address you by your title, and only very close friends would use both your title and name.

Ông Giáo sư	Mr. Professor
Bà Bác sĩ	Mrs. Doctor
Ông Giám đốc	Mr. Director
Bà Bộ trưởng	Mrs. Minister

FIRST ENCOUNTERS   Lần Gặp Đầu Tiên

In Vietnam, asking a person you've just met personal questions about age, employment, salary, marital status, children or home town, is legitimate and common. One of the immediate benefits of this practice is to help the two parties choose the correct pronouns while engaging in conversation.

How are you?	*Bạn* khỏe không?
Fine. And you?	Vẫn thường, còn *bạn*?
What is your name?	*Bạn* tên là gì?
My name is ...	Tôi tên là ...
I'd like to introduce you to ...	Tôi muốn giới thiệu *bạn* với ...
I'm pleased to meet you.	Rất vui mừng được quen biết *bạn*.

MAKING CONVERSATION   Trò Chuyện

Do you live here?	*Bạn* sống ở đây?
Where are you going?	*Bạn* đang đi đâu vậy?
What are you doing?	*Bạn* đang làm gì?
What do you think (about ...)?	*Bạn* nghĩ ... thế nào?
Can I take a photo (of you)?	Tôi có thể chụp hình *bạn* không?
What is this called?	Cái này gọi là gì?
Beautiful, isn't it!	Đẹp quá, phải không!
It's very nice here.	Ở đây rất đẹp.
We love it here.	Chúng tôi rất thích nơi này.
What a cute baby!	Bé dễ thương quá!
Are you waiting too?	*Bạn* cũng đang đợi hả?

MEETING PEOPLE

That's strange!   Thật là lạ!
That's funny (amusing)!   Cái đó buồn cười nhỉ!
Are you here on holiday?   Bạn đang nghỉ lễ hả?

I'm here ...   Tôi đến đây ...
   for a holiday   để nghỉ mát
   on business   để công tác
   to study   để học

How long are you here for?   Bạn ở đây bao lâu?
I'm/We're here for   Tôi/chúng tôi ở đây
... weeks/days.   ... tuần/ngày.
Do you like it here?   Bạn thích nơi này không?
I/We like it here very much.   Tôi/chúng tôi rất
   thích nơi này.

USEFUL PHRASES   Những Câu Hữu Dụng

Sure.   Được, chắc chắn.
Just a minute.   Đợi một phút.
It's OK.   Được.
It's important.   Điều/việc đó quan trọng.
It's not important.   Điều/việc đó không
   quan trọng.
It's possible.   Có thể.
It's not possible.   Không thể nào.
Look!   Xem nè/đây!
Listen/Listen to this!   Lắng nghe đây!
I'm ready.   Tôi sẵn sàng.
Are you ready?   Bạn sẵn sàng chưa?
Good luck!   Chúc bạn may mắn!
Just a second!   Đợi một tí!

NATIONALITIES   Quốc Tịch

Unfortunately we can't list all countries here. Here's a sample:

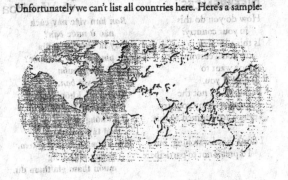

Where are you from?	*Bạn từ đâu đến?*
I'm from ...	Tôi đến từ ...
Australia	**Úc Châu**
Canada	**Gia Nã Đại**
England	**Anh Quốc**
Europe	**Âu Châu**
India	**Ấn Độ**
Ireland	**Ái Nhĩ Lan**
Japan	**Nhật Bản**
the USA	**Mỹ**
I come from ...	Tôi đến từ ...
I live in the/a ...	Tôi sống ở ...
city	**thành phố/thị**
countryside	**thôn quê**
mountains	**miền núi**
seaside	**ven biển**
suburbs of ...	**vùng ngoại ô của ...**
village	**làng/xã**

MEETING PEOPLE

CULTURAL DIFFERENCES

How do you do this
   in your country?

Is this a local or
   national custom?

I don't want to
   offend you.

I'm sorry, it's not the
   custom in my country.

I'm not accustomed to this.

I don't mind watching, but
   I'd prefer not to participate.

Những Khác Biệt về Văn Hoá

Bạn làm việc này cách
   nào ở nước *bạn*?

Đây là phong tục địa
   phương hay cả nước?

Tôi không muốn
   vô lễ với *bạn*.

Xin lỗi, đó không phải
   là phong tục nước tôi.

Tôi không quen
   với tập tục này.

Tôi không ngại đứng xem,
   nhưng tôi không
   muốn tham gia/tham dự.

AGE

How old are you?

Em/Cháu bao nhiêu tuổi?
(to a child)
Anh/Chị bao nhiêu tuổi?
(to an adult)

How old is your son/daughter

Con trai/gái của anh chị nhiêu tuổi?

I'm ... years old.

Tôi được ... tuổi.

(See page 175 for your age.)

Tuổi tác

OCCUPATIONS

What (work) do you do?

Bạn làm nghề gì?

I am a/an ...

	Tôi là một ...
artist	họa sĩ
businessperson	thương gia
doctor	bác sĩ
engineer	kỹ sư
farmer	nông gia
journalist	nhà báo
lawyer	luật sư
mechanic	thợ sửa xe
nurse	y tá
office worker	nhân viên văn phòng
scientist	khoa học gia
student	học sinh/sinh viên
teacher	giáo viên
waiter	người bồi bàn
writer	nhà văn

I'm unemployed.

Tôi đang thất nghiệp.

What are you studying?

Bạn đang học ngành gì?

Nghề nghiệp

MEETING PEOPLE

I'm studying ...

art
arts/humanities

business
teaching
engineering

languages
law
medicine
Vietnamese
science

Tôi đang học ...

nghệ thuật
nghệ thuật và khoa học
nhân văn
ngành thương mại
ngành sư phạm
ngành kỹ thuật xây
dựng
ngành ngôn ngữ
luật
y khoa
tiếng Việt
ngành khoa học

FEELINGS

Cảm giác

I'm ...
Are you ...?
afraid
angry
cold
grateful
happy
hot
hungry
in a hurry
keen to ...
right
sad
sleepy
sorry (condolence)
sorry (regret)
thirsty
tired
well
worried

Tôi ...
Bạn có ... không?
e ngại/sợ
giận
lạnh
biết ơn
vui
nóng nực
đói
vội
rất thích ...
đúng; bình thường
buồn
buồn ngủ
xin chia buồn
xin lỗi
khát nước
mệt
khỏe
lo lắng

MEETING PEOPLE

WORRIED, KEEN OR BUSY?

You may hear people say the word lo quite often.
It means 'worried' or 'anxious':
Tôi lo quá. I am so worried/anxious.
But in South Vietnam lo also means 'keen on' or 'busy with':

	South Vietnam	North Vietnam
I am keen on studying.	Tôi lo học.	Tôi chăm học.
I am busy with my studying.	Tôi mắc lo học.	Tôi bận học.

BREAKING THE LANGUAGE BARRIER

Những Khó Khăn về Ngôn Ngữ

Do you speak English?	Bạn có nói được tiếng Anh không?
Yes, I do.	Có, tôi nói được tiếng Anh.
No, I don't.	Không, tôi không nói được tiếng Anh.
Does anyone speak English?	Có ai biết nói tiếng Anh không?
I speak a little.	Tôi nói được chút ít.
Do you understand?	Bạn có hiểu không?
I (don't) understand.	Tôi (không) hiểu.
Could you repeat that?	Bạn có thể lập lại không?
Please write it down.	Làm ơn viết xuống.
How do you say ...?	Bạn nói ... như thế nào?
What does ... mean?	... nghĩa là gì?
Could you speak more slowly?	Bạn có thể nói chậm hơn không?

WRITING LETTERS　Viết Thư

Once you get back home, you may want to drop a line to people you met. Here are a few lines to help you.

Dear ...	... thân mến
I'm sorry it's taken me so long to write.	Xin lỗi đã lâu tôi mới viết thư cho *bạn*.
It was great to meet you.	Tôi thật may mắn được gặp *bạn*.
Thank you so much for your hospitality.	Cảm ơn lòng hiếu khách của *bạn*.
I miss you. (sg)	Tôi nhớ *bạn* lắm.
I miss you. (pl)	Tôi nhớ các *bạn* lắm.
I had a fantastic time in ...	Tôi đã sống những ngày tuyệt vời tại ...
My favourite place was ...	Nơi tôi thích nhất là ...
I hope to visit ... again.	Tôi hy vọng được trở lại thăm ... lần nữa.
Say 'hi' to ... and ... for me.	Cho tôi gởi lời thăm ... và ...
I'd love to see you again.	Ước mong sẽ gặp lại *bạn*.
Write soon!	Viết cho tôi ngay nhé!
With love/regards.	Thân ái/Thân kính.

GETTING AROUND

Đi Đó Đây

Vietnam is a small country and there are only a few big cities. Even in those big cities, travelling from one place to another isn't a major problem. Fares for any type of transport in Vietnam, relatively speaking, are not expensive. If you're uncertain about fares, you can ask the people in your hotel to help you. Service is generally quite lax, but is offered in a friendly manner.

SIGNS

Most traffic signs in Vietnam are similar to standard international signs. However, Vietnam does not have many signs and they're generally smaller. Some signs are followed by words – the following are amongst the most common.

STOP	NGỪNG
RAILROAD	ĐƯỜNG SẮT
PEDESTRIAN	NGƯỜI ĐI BỘ
CHILDREN	TRẺ CON
STUDENTS	HẾC SINH
HOSPITAL	BỆNH VIỆN
DANGER!	NGUY HIỂM!
HIGH VOLTAGE!	ĐIỆN CAO THẾ!
SLOW DOWN!	CHẠY CHẬM LẠI!

FINDING YOUR WAY

Tìm Ra Lối Đi

Where's the ...?
  bus station
  train station
  road to ...

... ở đâu?
  trạm xe buýt
  trạm xe lửa
  đường đến ...

What time does the ... leave/arrive?	Mấy giờ ... rời/đến?
aeroplane	máy bay
boat	tàu/thuyền
bus	xe buýt
train	xe lửa
How do we get to ...?	Chúng tôi có thể đến ... bằng cách nào?
Is it far from/near here?	Chỗ đó xa/gần đây không?
Can we walk there?	Chúng tôi có thể đi bộ đến đó được không?
Can you show me (on the map)?	Bạn có thể chỉ tôi (trên bản đồ) được không?
Are there other means of getting there?	Có cách nào khác để đến đó không?
What ... is this?	... này tên là gì?
street	con đường
city	thành phố
village	làng/xã

DIRECTIONS — Phương Hướng

Turn ...	Quẹo ...
at the next corner	ở góc đường kế tiếp
at the traffic lights	tại đèn giao thông
Straight ahead.	Thẳng tới trước.
To the right.	Sang phải.
To the left.	Sang trái.
behind	đàng sau
in front of	đàng trước
far	xa
near	gần
opposite	đối diện

here	ở đây
there	ở đó
north	**hướng bắc**
south	**hướng nam**
east	**hướng đông**
west	**hướng tây**

GO UP TO THE WEST

In Vietnam the cardinal points are perceived rather differently to what you may be used to.

ra ngoài Bắc, vô trong Nam
go out to the North, go in to the South

xuống Đông, lên Đoài/Tây
go down to the East, go up to the West

BUYING TICKETS   Mua Vé

Where can I buy a ticket?	Tôi có thể mua vé ở đâu?
We want to go to ...	Chúng tôi muốn đi tới ...
Do I need to book?	Tôi có cần giữ chỗ trước không?
I'd like to book a seat to ...	Tôi muốn đặt trước một vé đi ...
It is full.	Hết chỗ rồi.
Can I get a stand-by ticket?	Tôi có thể mua vé chờ đi ngay
	được không?

I'd like ...	Tôi muốn ...
a one-way ticket	vé đi một chiều
a return ticket	vé khứ hồi
two tickets	hai vé
a student's fare	giá học sinh
a child's; pensioner's fare	giá trẻ em; người già
1st class	hạng nhất
2nd class	hạng nhì

AIR　　　　　　　　　　　　　　Hàng Không

The best way to travel from Ho Chi Minh City to Hue (Central Vietnam) or to Hanoi (North Vietnam), is to go by plane. Vietnam Airlines is the government-owned company. There are two types of fare: a fare for local people purchased in Vietnamese currency, dong (**đồng**), and another for travellers who don't hold a Vietnamese identification card. This must be bought in US dollars (this also applies to Vietnamese holding foreign citizenship). Remember that while you're in Vietnam, buying things is done in either dong or US currency.

Is there a flight to ...?	Có chuyến bay đến ... không?
When is the next flight to ...?	Khi nào thì có chuyến kế tiếp đi ...?
How long does the flight take?	Chuyến bay dài bao lâu?
What time do I have to check in at the airport?	Lúc mấy giờ tôi phải có mặt tại phi trường (để kiểm vé và hành lý)?
Where is the baggage claim?	Chỗ nhận hành lý ở đâu?

At Customs　Hải Quan

I have nothing to declare.	Tôi không có gì để khai báo.
I have something to declare.	Tôi có đồ để khai báo.
Do I have to declare this?	Tôi có cần phải khai báo món này không?
This is all my luggage.	Đây là tất cả hành lý của tôi.
I didn't know I had to declare it.	Tôi không biết là tôi phải khai báo món này.

BUS   Xe Buýt

To travel from one place to another within a city, you can use a pedicab or a taxi. If you wish to take a tour out of the city or to a neighboring province, you can ask your hotel to arrange you a tourist car or bus at reasonable cost. The system of public buses in Vietnam is old and not always the best way to travel.

Where is the bus stop?	Trạm xe buýt ở đâu?
Which bus goes to ...?	Xe buýt nào đi tới ...?
Does this bus go to ...?	Xe buýt này có đi tới ...?
How often do buses come?	Lịch trình xe buýt thế nào?

What time is the ... bus?   Mấy giờ thì chuyến
                                 xe buýt ... sẽ tới/chạy?
   next   kế tiếp
   first   đầu tiên
   last   cuối cùng

Could you let me know   Khi xe đến ... bạn có thể
   when we get to ...?   báo cho tôi biết không ạ?
Where do I get the bus for ...? Tôi có thể đón xe
                                 buýt đi ... ở đâu?

TRAIN   Xe Lửa

The trains in Vietnam are very old, but it is an enjoyable way to travel because you see more of the country and people. There are two types of train: the express, Tàu thống nhất, and the local, Tàu chợ. If you decide to go by train, buy a sleeper ticket. This ensures a seperate place for you to sit and to sleep. A seat ticket is cheap but can be inconvenient, as the trains are normally crowded.

What station is this?	Trạm này là trạm nào vậy?
What is the next station?	Trạm kế tới là trạm nào?
Does this train stop at ...?	Xe lửa này có dừng tại ... không?
The train is delayed/cancelled.	Chuyến xe lửa bị/hủy bỏ.

How long will it be delayed?	Nó sẽ bị đình hoãn bao lâu?
How long does the trip take?	Cuộc hành trình nầy dài bao lâu?
Is it a direct route?	Đây có phải là lộ trình trực tiếp không?
Is that seat taken?	Chỗ đó có ai ngồi không?
I want to get off at ...	Tôi muốn xuống tại ...

TAXI & PEDICAB — Tắc-xi và Xích-lô

Today there are taxis in the major Vietnamese cities, but it's also possible to hire a car with a driver. These cars are good and most drivers speak some English.

Can you take me to ...?	Ông có thể đưa tôi đến ... được không?
Is this taxi free?	Tắc xi này có đang trống không?
How much does it cost to go to ...?	Đi đến ... mất bao nhiêu tiền?
Do we pay extra for luggage?	Chúng tôi có phải trả tiền thêm cho hành lý không?
Please take me to ...	Làm ơn đưa tôi tới ...
For two people?	Cho hai người?
How much is the fare?	Tiền xe hết bao nhiêu?
It's too much!	Mắc/đắt quá!

Instructions — Sự Chỉ Dẫn

Continue!	Tiếp tục!
The next street to the left/right.	Con đường kế tiếp quẹo trái/phải.
Please slow down.	Làm ơn chậm lại.
Please wait here.	Làm ơn đợi ở đây.
Stop here!	Dừng lại ở đây!
Stop at the corner.	Dừng lại tại góc đường.

THEY MAY SAY ...

Được rồi.	OK.
Dĩ nhiên rồi!	Of course!
Chắc chắn mà.	Sure.
Ta đi thôi.	Let's go.
Cẩn thận!	Careful!
Nhanh lên!	Hurry up!
Chờ chút.	Wait.
Sẵn sàng chưa?	Are you ready?
Sẵn sàng rồi.	I'm ready.
May mắn nhé!	Good luck!
Không sao đâu.	It doesn't matter.
Tội chưa!	What a shame!
Đúng vậy!	Exactly!
Sao cũng được.	Whatever.
Hết xẩy!	Terrific!
Tuyệt quá!	Wonderful!

BOAT   Tàu bè

There are a few places in Vietnam, such as the Mekong Delta
(southern Vietnam), where you can use a boat for sightseeing tours
or to explore the villages. Popular areas where boats for sightseeing
tours can be rented are: Hue, the former capital of Vietnam dur-
ing the Nguyen's dynasties (to travel along the Perfume River);
Hanoi (to travel around the West Lake); Halong Bay, one of the
most beautiful bays in the world (to enjoy the beauty and the
calm of nature in this northern part of Vietnam). Costs of boat
tours vary from one place to another, but aren't generally expensive.

Where does the boat leave from?	Thuyền/tàu rời bến từ đâu?
What time does the boat arrive?	Mấy giờ thuyền/tàu đến?

boat	thuyền/tàu
cabin	buồng máy
dock	bến tàu

CAR   Xe Hơi

A system of car rental does exist in Vietnam, however renting a car isn't recommended unless you're familiar with the current situation in Vietnam and can speak fluent Vietnamese. Cities in Vietnam are comparatively small and if you want to visit places in the city you can use a pedicab, xe xích·lô, or a motorbike. These can normally be found in front of each hotel. You can either bargain the fare yourself or, to avoid any difficulties you might face, ask the people in your hotel to arrange it for you. Cost is a few dollars for half a day.

Where can I rent a car?	Tôi có thể mướn xe hơi ở đâu?
How much is it daily/weekly?	Giá bao nhiêu tiền một ngày/tuần?
Does that include insurance/mileage?	Có bao gồm bảo hiểm/bao gồm tổng số km xe sẽ chạy không?
Where's the next petrol station?	Trạm xăng kế tiếp ở đâu?
Please fill the tank.	Làm ơn đổ đầy bình.
I'd like ... litres.	Tôi muốn ... lít.
Please check the ... oil water tyre pressure	Làm ơn kiểm tra ... dầu nước áp suất hơi (bánh xe)
Can I park here?	Tôi có thể đậu ở đây được không?
How long can we park here?	Chúng tôi có thể đậu được bao lâu?
Does this road lead to ...?	Con đường này có dẫn đến ...?

air	không khí
battery	pin
brakes	thắng
clutch	cần số
driver's licence	bằng lái xe
engine	máy
garage	nhà để xe
indicator	đèn báo hiệu
leaded/regular	có chất chì/thường
lights	đèn
main road	đường chính
oil	dầu
puncture	lỗ thủng
radiator	bộ phận giảm nhiệt
roadmap	bản đồ đi đường
seatbelt	dây nịt an toàn
self-service	tự phục vụ
speed limit	vận tốc hạn chế
tyres	bánh xe
unleaded	không có chì
windscreen	kính chắn gió (xe hơi)

Car Problems Những Trục Trặc về xe Hơi

We need a mechanic.	Chúng tôi cần thợ sửa xe.
What make is it?	Hãng nào sản xuất vậy?
The car broke down at ...	Xe bị hư tại ...
The battery is flat.	Hết pin.
The radiator is leaking.	Bộ phận giảm nhiệt bị xì.
I have a flat tyre.	Bánh xe tôi bị xì.
It's overheating.	Máy quá nóng.
It's not working.	Nó không chạy.
I've lost my car keys.	Tôi bị mất chìa khóa xe.
I've run out of petrol.	Tôi bị hết dầu/xăng.

BICYCLE   Xe Đạp

The best way to get around small and crowded cities in Vietnam
is by bicycle or motorbike. Most hotels can offer, or help arrange
these for hire. The daily rate is about US$1.00 for a bicycle and
US$10.00 for a motorbike. Helmets and licences aren't compul-
sory. Make sure you ask for a good quality bicycle with a frame
strong enough to support your weight, as the local or Chinese
bikes might only be made with light people in mind. You can also
use Honda ôm (ride on the back of a motorbike) which is very
quick, cheap and easy to access. The riders (owners of the motor-
bikes) are usually honest public servants who have to do extra
jobs to make ends meet.

Is it within cycling distance?	Quảng đường ấy liệu đi bằng xe đạp nổi không?
Where can I hire a bicycle?	Tôi có thể mướn xe đạp ở đâu?
Where can I find secondhand bikes for sale?	Tôi có thể tìm chỗ bán xe đạp cũ ở đâu?

SIGNS

CẤM ĐẬU XE	NO PARKING
CẤM VÀO	NO ENTRY
CẤM QUA MẶT	DON'T OVERTAKE
DỪNG LẠI	STOP
ĐƯỜNG MỘT CHIỀU	ONE WAY
QUÀNH LẠI	DETOUR
CHẠY CHẬM LẠI	SLOW DOWN
ĐƯỜNG ĐANG LÀM/SỬA	ROADWORKS
CẨN THẬN	CAUTION
LỐI RA	EXIT

How much is it for ...?
  an hour
  the morning/afternoon
  the day

Bao nhiêu ...?
  một giờ
  một buổi sáng/chiều
  một ngày

I've got a flat tyre.

Bánh xe tôi bị xì.

bike	xe đạp
brakes	thắng (xe)
to cycle	đạp xe
gear stick	răng cưa
handlebars	tay lái
helmet	mũ an toàn
inner tube	ruột xe
lights	đèn
mountain bike	xe đạp leo núi
padlock	cái khóa móc
pump	cái bơm (xe)
puncture	lỗ thủng
racing bike	xe đạp đua
saddle	yên xe
tandem	xe đạp hai người ngồi
wheel	bánh xe

ACCOMMODATION Nơi Trú Ngụ

Tourist accommodation available in Vietnam is either privately or government owned. Accomodation consists of hotels and guest-houses, with prices ranging from expensive to cheap. Accomodation can be found more easily in Ho Chi Minh City than in other cities and it should probably be booked prior to your arrival especially during the peak season (from December to March) when the overseas Vietnamese return home to celebrate Tết, the Viet-namese New Year.

As with airfares, there are two rates applicable in the same place of accomodation. One is for foreign tourists, including overseas Vietnamese, who have to pay either in dong or US dollars and the other is for the Vietnamese who pay in dong.

Service in many Vietnamese hotels is not of international standard. However, it tends to be friendly. You can ask, through the hotel, for a local person to be your guide for the whole day, it'll cost only a few dollars. Laundries are cheap – less than a dollar for a shirt or trousers. Tips are not compulsory, but very much appreciated. If you stay a week in one place, leave a few dollars in the room before checking out you should, and again for the people working at the reception desk. (For information on camping see page 136)

Finding Accommodation Tìm Nơi Trú Ngụ

I'm looking for a ...	Tôi đang tìm một ...
camping ground	đất trại
guesthouse	nhà khách/khách sạn
hotel	khách sạn
motel	khách sạn/nhà trọ
youth hostel	quán trọ thanh niên

Where can I find a ... hotel?	Tôi có thể tìm một khách ... ở đâu?
good	sạn tốt
nearby hotel	khách sạn gần đây
clean hotel	khách sạn sạch sẽ

Where is the ... hotel?	Khách sạn ... ở đâu?
best	tốt nhất
cheapest	rẻ nhất

What is the address?	Địa chỉ là gì?
Could you write the address, please?	Bạn có thể viết giùm địa chỉ được không?

BOOKING AHEAD

I'd like to book a room, please.	Làm ơn cho tôi đặt trước một phòng.
Do you have any rooms available?	Bạn có phòng trống không?
For (three) nights.	Cho (ba) đêm.

How much for ...?	... hết bao nhiêu?
one night	một đêm
a week	một tuần
two people	hai người

We will be arriving at ...	Chúng tôi sẽ đến lúc ... giờ.
My name is ...	Tôi tên là ...

CHECKING IN

Làm Thủ Tục Nhập

Do you have any
rooms available?

Bạn có phòng trống không?

Sorry, we're full.

**Xin lỗi, chúng tôi
hết phòng rồi.**

Do you have a
room with two beds?

**Bạn có phòng gồm hai
giường ngủ không?**

Do you have a room
with a double bed?

**Bạn có phòng với
giường đôi không?**

I'd like ...
to share a dorm
a single room

**Tôi muốn ...
ở chung phòng nội trú
một phòng riêng**

We want a
room with a ...
bathroom
shower
TV
window

Chúng tôi muốn
một phòng có ...
phòng tắm
vòi sen
ti vi
cửa sổ

Can I see it?

Tôi có thể xem phòng
được không?

Is there hot water all day?

Có nước nóng
nguyên ngày không?

Are there any others?

Còn phòng khác không?

Where is the bathroom?

Phòng tắm ở đâu?

How much for ...?
one night
a week
two people

Giá bao nhiêu ...?
một đêm
một tuần
hai người

Is there a discount for
children/students?

Có giảm giá cho trẻ
em/học sinh không?

It's fine, I'll take it.

Cũng được, tôi lấy phòng này.

THEY MAY SAY ...

Rất tiếc, chúng tôi hết phòng rồi.
Sorry, we are full.

Ông/Bà định ở bao lâu?
How long will you be staying?

Ông/Bà cần mướn mấy đêm?
How many nights?

Ông/Bà có sổ thông hành/hộ chiếu không?
Do you have your passport/visa?

Giá phòng là ... mỗi đêm cho một người.
It's ... per night per person.

REQUESTS & COMPLAINTS

Yêu cầu & Than Phiền

I need a (another) ...

Tôi cần một ... khác.

Do you have a safe where I can leave my valuables?

Bạn có tủ sắt an toàn để tôi cất đồ quí giá không?

Could I have a receipt for them?

Bạn có thể viết biên nhận các món đó cho tôi được không?

Is there somewhere to wash clothes?

Có chỗ giặt ủi ở đâu không?

Can we use the telephone?

Chúng tôi có thể dùng điện thoại không?

I can't open/close the window.

Tôi không mở/đóng cửa sổ được.

Please change them/it.

Làm ơn thay giùm.

My room is too dark.
It's too cold/hot.
It's too noisy.

Phòng tôi tối quá.
Lạnh/nóng quá.
Ồn ào quá.

This ... is not clean.	... này không sạch.
blanket/sheet	mền/tấm ra
pillow case	áo gối
pillow	gối

CHECKING OUT

Can I pay with a travellers cheque?

Could I have the bill please?

There's a mistake in the bill.

Thanh Toán Tiền/Trả Phòng

Tôi có thể trả bằng chi phiếu du lịch không?

Làm ơn, cho tôi cái hóa đơn tính tiền được không?

Hóa đơn này bị sai rồi.

WHEN IN ROME

Here are some Vietnamese expressions that relate to accomodation:

Nhà sạch thì mát, bát sạch ngon cởm.
Cleanliness is next to godliness.
(lit: clean house gives freshness;
clean bowl gives good appetite)

Nhập gia tùy tục.
When in Rome, do as Romans do.
(lit: when you are in somebody's house,
follow his/her family's way of life)

ACCOMMODATION

Useful Words   Từ Ngữ Hữu Dụng

air-conditioning	máy điều hòa không khí
clean	sạch sẽ
key	chìa khóa
bar of soap	cục xà phòng
face cloth	khăn lau mặt
bottle of water	chai nước uống
lamp	đèn
lock	ổ khóa
mosquito coil	nhang muỗi
soap	xà phòng
toilet	nhà vệ sinh
toilet paper	giấy vệ sinh
towel	khăn
water (cold/hot)	nước (lạnh/nóng)

PAPERWORK   Thủ Tục Giấy Tờ

name	tên
address	địa chỉ
date of birth	ngày sinh
place of birth	nơi sinh
age	tuổi
sex	giới tính
nationality	quốc tịch
religion	tôn giáo
profession/work	nghề nghiệp

SIGNS	
ĐẤT CẮM TRẠI	CAMPING GROUND
NHÀ KHÁCH	GUEST HOUSE
KHÁCH SẠN	HOTEL/MOTEL
CÒN PHÒNG	VACANCY
HẾT PHÒNG	NO VACANCY
CHỖ ĐẬU XE	PARKING

reason for travel	lý do du lịch
marital status	tình trạng hôn nhân
single	độc thân
married	đã lập gia đình
divorced	ly dị
widow/widower	người goá chồng/góa vợ
identification	giấy tùy thân
passport number	số thông hành
visa	giấy hộ chiếu
baptismal certificate	giấy chứng nhận rửa tội
driving licence	bằng lái xe
customs	phong tục, tập quán
immigration	di trú
purpose of visit	lý do thăm viếng
holiday	ngày lễ
business	công vụ, cộng tác
visiting relatives	thăm thân nhân
visiting the homeland	thăm quê hương

ASKING QUESTIONS

Be aware that when Vietnamese speakers put a question to you to ask your opinion, or confirm your understanding, they often put the questions in the double-negative form. In these instances, you need to answer the questions according to the Vietnamese way.

You don't understand, do you?
Anh không hiểu, phải không?

Yes, I understand
Không, tôi hiểu
(lit: no I understand)

No, I don't understand
Vâng, tôi không hiểu
(lit: yes I not understand)

CROSSWORD – ACCOMMODATION

Across

2. The room that keeps you clean
4. Idiot box
6. Look out through it
7. Use it to get from wet to dry
8. What you wish every room was

Down

1. It's not home but you'll get a room
3. Rest your weary head on it
5. Where you clean your body (and your socks)
6. Use this to get in

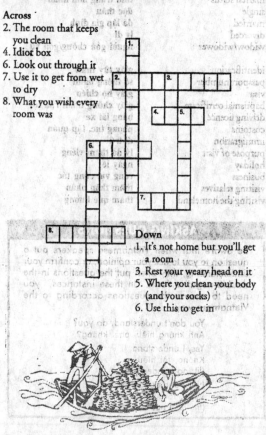

Quanh Phố Xá

Today there is a clear contrast between the cities in the north and south of Vietnam. Hanoi and Haiphong are the two biggest cities in the north. Some of their newest buildings were constructed over fifty years ago during the French colonial period, and their streets, shaded with lines of trees, retain the air of a French provincial town. In the south there is a larger number of more modern buildings, and streets are more crowded with cars and bicycles. There are also many more restaurants and entertainment venues here than anywhere else in the country. Generally speaking, the pace of life in Vietnam is still comparatively slow. Traffic is not heavy even though it is noisy and disorderly. Unfortunately, social problems such as drugs, prostitution and theft are increasing in some big cities, however, they are still safe places for foreign tourists. The worst face of Vietnam nowadays, which you can see everywhere, especially in remote areas, is poverty.

The best method of getting around is to rent a bicycle or motorbike, or take a pedicab.

LOOKING FOR ...

Tìm ...

Where is a/an ...?	... ở đâu?
bank	nhà băng
consulate	tòa lãnh sự
embassy	tòa đại sứ
post office	bưu điện
public telephone	điện thoại công cộng
public toilet	nhà vệ sinh công cộng
town square	quảng trường

AT THE BANK — Tại Ngân Hàng

Bills in Vietnam can be paid in either US dollars or local currency. The official exchange rate and the black market rate are not much different although you should be aware that black market transactions are illegal. If you have US money, you can change it legally at the bank, through authorized exchange bureaus or at hotel reception desks. Always check the exchange rate and try not to change too much at one time – a million dong is a lot to carry around. Only a few banks accept travellers cheques, and then only in US dollars. All major credit cards are accepted in Vietnam but people are really only familiar with the credit card system in places such as big cities.

Can I use my credit card to withdraw money?	Tôi có thể dùng thẻ tín dụng để rút tiền không?
Can I exchange money here?	Tôi có thể đổi tiền ở đây không?
Please write it down.	Làm ơn viết xuống giấy.
Can I have smaller notes?	Có thể cho tôi giấy bạc nhỏ không?
The automatic teller swallowed my card.	Máy rút tiền tự động đã giữ thẻ của tôi.
I want to change ... cash/money a cheque a travellers cheque	Tôi muốn đổi ... tiền mặt/tiền ngân phiếu chi phiếu du lịch
What time does the bank open?	Ngân hàng sẽ mở cửa lúc mấy giờ?
Where can I cash a travellers cheque?	Tôi có thể đổi chi phiếu du lịch ở đâu?
What is the exchange rate?	Giá đổi tiền là bao nhiêu?

Can I transfer money here from my bank?

Tôi có thể rút được tiền chuyển từ ngân hàng của tôi đến đây không?

How long will it take to arrive?

Bao lâu thì tiền chuyển đến nơi?

SIGNS

MỞ CỬA/ĐÓNG CỬA	OPEN/CLOSED
THUẾ QUAN	CUSTOMS
NÓNG/LẠNH	HOT/COLD
LỐI VÀO	ENTRANCE
VÀO CỬA TỰ DO	FREE ADMISSION
QUẦY KIỂM SOÁT/ TIẾP NHẬN	CHECK-IN COUNTER
NƠI CHỈ DẪN	INFORMATION
CẤM RỜ MÓ	DO NOT TOUCH
CẤM DÙNG ĐÈN CHIẾU	DO NOT USE FLASH
CẤM	PROHIBITED
CẤM ĂN/UỐNG/ HÚT THUỐC	NO EATING/ DRINKING/ SMOKING
CẤM ĐI LÊN CỎ	KEEP OFF THE GRASS
CẤM VÀO	NO ENTRY
CẤM CHỤP HÌNH	NO PHOTOGRAPHY
(BÀN) DÀNH RIÊNG	RESERVED (TABLE)
LỐI RA	EXIT
LỐI RA KHẨN CẤP	EMERGENCY EXIT
CẦU TIÊU; NHÀ VẠ SINH	TOILETS
ĐIẠN THOẠI	TELEPHONE
XIN ĐỂ GIÀY DÉP Ở NGOÀI	PLEASE LEAVE YOUR SHOES OUTSIDE

AROUND TOWN

AT THE POST OFFICE   Tại Bưu Điện

You can access information such as the status on domestic and international flights, tours, hotel and restaurant information here. Collect calls can also be made to foreign countries.

I want to buy ...	Tôi muốn mua ...
postcards	thiệp
stamps	tem

I want to send a/an ...	Tôi muốn gửi ...
aerogram	thư (xếp lại thành phong bì)
letter	thư
parcel	bưu kiện
telegram	bức điện tín

Please send it by ...	Làm ơn gửi cái này bằng ...
air mail	đường hàng không
express mail	đường khẩn cấp
surface mail	đường bộ

How much does it cost to send this to ...?	Gửi cái này đến ... mất bao nhiêu tiền?

envelope	bao thư
mail box	hộp thư
parcel	bưu kiện
pen	viết/bút
postcode	bưu cục
registered mail	thư bảo đảm

LETTERS

A letter you write to someone is một lá thư. A letter of the alphabet is một mẫu tự

TELECOMMUNICATIONS   Viễn Thông

Public phones are only available at the post offices. Overseas or
domestic long-distance calls are usually operator-assisted. Local
calls can be made from hotels or restaurants. Mobile phones and
internet services do exist but aren't popular yet. Emails can be sent
or received at the many Internet cafes, guesthouses or travel agencies
in large cities.

I want to call ...	Tôi muốn gọi ...
The number is ...	Số điện thoại là ...
Could I please use the telephone?	Tôi dùng điện thoại được không ạ?
How much does a three-minute call cost?	Gọi ba phút thì tốn bao nhiêu?
I want to make a long-distance call to (Australia).	Tôi muốn gọi điện đường xa đến (Úc).

IN PHONES

To make your question sound more polite, you should
add Thưa at the beginning and không ạ at the end of it.
Then you can expect a very polite answer with Dạ, thưa,
vâng, ạ'.

Thưa, ai ở đầu dây đó ạ?
Hello, who's calling, please?

Dạ, tôi.
It's me, madam/sir.

Thưa, có Kim ở đó không ạ?
Is Kim there, please?

Thưa/Dạ, có ạ.
Yes she is, madam/sir.

Bà vui lòng gọi cô ấy dùm tôi được không ạ?
Would you mind getting her for me please?

Dạ được. Xin chờ một chút ạ.
Certainly! Just a moment, please.

AROUND TOWN

I want to make a reverse-charges/collect call.	Tôi muốn gọi điện người nhận trả tiền.
What is the area code for ...?	Số vùng của ... là gì?
It's engaged.	Đường dây bị bận.
I've been cut off.	Đường dây của tôi vừa bị cắt.
Is there a local Internet café?	Ở đây có mạng lưới thông tin không?
I need to get Internet access.	Tôi muốn dùng mạng lưới thông tin.
I need to check my email.	Tôi cần coi điện thư của tôi.
operator	tổng đài
phone book	niên giám điện thoại
phone box	phòng điện thoại
phonecard	thẻ gọi điện thoại
telephone	điện thoại
urgent	khẩn cấp

AROUND TOWN

MOST DOORS OPEN TO COURTESY

When giving an order or asking for something, you are very likely to receive good responses if the following magic words are used: Xin, làm ơn, vui lòng, dùm, được không ạ.

Xin ông nói chậm lại.
Please speak more slowly.

Làm ơn chỉ dùm tôi đường đến thành phố
Please show me the way to the city.

Ông chụp dùm tôi tấm hình được không ạ?
Could you please take a photograph of me?

Xin vui lòng gửi thư này dùm tôi.
Please post this letter for me.

Making a Call   Gọi Điện Thoại

Hello, is ... there?	A lô, có ... ở đó không ạ?
Hello. (answering a call)	A lô. (trả lời điện thoại)
May I speak to ...?	Cho tôi nói chuyện với ... được không ạ?
Who's calling?	Xin hỏi ai ở đầu dây?
It's	Đây là ...?
Yes, he/she is here.	Vâng, ông/bà ấy ở đây.
One moment, (please).	Vui lòng đợi một chút.
I'm sorry, he's not here.	Rất tiếc, ông ấy không có ở đây.
What time will she be back?	Bao giờ cô/bà ấy về?
Can I leave a message?	Tôi có thể nhắn tin lại không?
Please tell her I called.	Làm ơn nhắn cô/ba ấy là tôi gọi.
I'll call back later.	Tôi sẽ gọi lại.

SIGHTSEEING   Đi Xem Phong Cảnh

Where is the tourist office?	Văn phòng du lịch ở đâu?
Do you have a local map?	Bạn có bản đồ địa phương không?
I'd like to see ...	Tôi muốn xem ...
What time does it open?	Mấy giờ thì mở cửa?
What time does it close?	Mấy giờ thì đóng cửa?
What is that building?	Toà nhà kia là gì vậy?
What is this monument?	Tượng đài này là gì vậy?
May we take photographs?	Chúng tôi được phép chụp hình không?
I'll send you the photograph.	Tôi sẽ gửi hình cho bạn.
Could you take a photograph of me?	Bạn có thể chụp giùm tôi tấm hình không?

castle	lâu đài
church/cathedral	nhà thờ
cinema	rạp chiếu phim
concert	buổi hòa nhạc
crowded	chật; đông đúc
museum	viện bảo tàng
park	công viên
statue	tượng
university	trường đại học

CROSSWORD – AROUND TOWN

AROUND TOWN

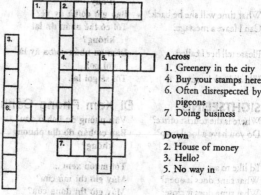

Across
1. Greenery in the city
4. Buy your stamps here
6. Often disrespected by pigeons
7. Doing business

Down
2. House of money
3. Hello?
5. No way in

Đi Chơi

Going out is common among Vietnamese men and young people in general, especially at night when the heat and traffic both diminish. On Sunday nights the main city streets are jam-packed with men and fashionable young people on bicycles, motorbikes and cars. They might be on the way to a movie, pub, party, café, disco, karaoke lounge or restaurant. The entertainment usually starts at 8pm and goes on until around 2am.

What's on tonight/this weekend?	Đêm nay/cuối tuần này có mục gì vui không?
What are you doing tonight?	Đêm nay *Bạn* làm gì?
Would you like to go out somewhere?	*Bạn* muốn đi chơi không?
Do you know a cheap but good restaurant?	*Bạn* có biết tiệm ăn nào vừa rẻ vừa ngon không?
Would you like to go to ... with me?	*Bạn* có muốn đi ... với tôi không?
We are having a party. Come along!	Chúng tôi đang mở tiệc. *Bạn* tới dự nhé!
Sure! I'd love to.	Hẳn rồi! Tôi sẽ tới.
That's very kind of you.	*Bạn* tử tế quá.
Yes, let's. Where shall we go?	Ừ, đi đi. Mình đi đâu bây giờ?
No, I'm afraid I can't.	Xin lỗi, tôi không đi được.
How about tomorrow?	Mai được không ạ?
I feel like going to a/the ...	Tôi muốn đi ...
bar/cafe	uống rượu/cà phê
cinema	coi xi nê
concert	nghe hòa nhạc
disco	nhảy disco
opera	xem nhạc kịch
restaurant	ăn tiệm
theatre	coi thoại kịch/cải lương

Are there any discos?	Có disco ở đâu không?
How much is it to get in?	Tiền vé vào cửa bao nhiêu?
How do you get to this disco?	Đến disco ấy bằng cách nào?
Shall we dance?	Chúng ta nhảy nhé?
I'm sorry, I'm a terrible dancer.	Xin lỗi, tôi nhảy dở lắm.
Come on!	Cứ nhảy đi mà!
What type of music do you like?	*Bạn* thích loại nhạc nào?
I really like ...	Tôi rất thích ...
Do you want to go to a karaoke bar?	*Bạn* thích đi hát karaoke không?
How much is the cover charge?	Giá bao dàn là bao nhiêu/
Do you have to pay to enter the (ballroom)?	Có phải mua vé vào cửa vũ trường không?
No, it's free.	Không, vào cửa miễn phí.
Yes, it's (five) dollars.	Có, mất (năm) đô.
This place is great!	Chỗ này tuyệt quá!
I'm having a great time!	Tôi đang vui quá!
I don't like the music here.	Tôi không thích loại nhạc ở đây.
Shall we go somewhere else?	Ta đến chỗ khác không?
What time shall we meet?	Mấy giờ ta gặp nhau?
Where shall we meet?	Ta gặp nhau ở đâu?

THEY MAY SAY ...

To most Vietnamese people, 'going out' means :

đi ra ngoài	to go out
đi chơi	to stroll
đi bát phố	to prowl the streets
đi dạo	to take a walk
đi hóng gió	to take an airing
đi coi hát/coi phim	to go to the theatre/ movie

Let's meet at (eight) o'clock in the ...	Ta sẽ gặp nhau lúc (tám) giờ tại ...
OK. I'll see you then.	Được rồi. Ta sẽ gặp vào giờ đó.
Agree/OK!	Đồng ý!
I'll come over at (eight).	Tôi sẽ tới *Bạn* lúc (tám) giờ.
I'll pick you up at (eight).	Tôi sẽ đón *Bạn* lúc (tám) giờ.

I'll try to make it.	Tôi sẽ ráng đúng hẹn.
If I'm not there by (eight), don't wait for me.	Nếu lúc (tám) giờ chưa thấy tôi đến, xin đừng đợi tôi nữa.
I'll be along later, where you will be?	Tôi sẽ đến nhập bọn sau, bấy giờ *Bạn* đang ở đâu nhỉ?
See you later/tomorrow.	Hẹn lát nữa/ngày mai gặp lại.
Sorry, I'm late.	Xin lỗi, tôi đến trễ.
Never mind.	Không có sao.

FAMILY — Gia Đình

It is very important to address a relative properly. Sons and daughters would call themselves **con** and address their father as **ba/ bố/ cha**, and their mother as **má/ mẹ/ mạ**. Younger brothers/sisters would call themselves **em** and address their big brother as **anh** and her big sister as **chị**. Grandchildren/nieces/nephews would call themselves **cháu** and address their grandfather as **ông** grandmother as **bà**, uncle as **chú/ bác/ cậu/ dượng**, aunt as **cô/ bác/ thím/ mợ/ dì/ o**.

It is considered insolent to use the neutral term **tôi** (I/me) when talking to older family members.

If someone has to talk to their whole extended family in a gathering, they look to the oldest/most respected member and choose terms that apply to the relationship between the respected member and themselves. (see page 27 for more details)

Are you married?	*Bạn* có gia đình chưa?
I'm single.	Tôi còn độc thân.
I'm married.	Tôi đã có gia đình.
I'm separated.	Tôi đang ly thân.
I'm divorced.	Tôi đã ly dị.
I'm a widow/widower.	Tôi góa chồng/góa vợ.
We're living together but not married.	Chúng tôi sống chung không hôn thú.
How many siblings do you have?	*Bạn* có bao nhiêu anh chị em ruột?
How old are they?	Họ bao nhiêu tuổi?
Is your husband/wife here?	Chồng/Vợ của *Bạn* có ở đây không?
Do you live with your family?	*Bạn* có sống chung với gia đình không?
Do you get along with your family?	*Bạn* có hòa hợp với gia đình không?

FAMILY

FAMILY MEMBERS

Những Người Trong Gia Đình

baby	em bé
boy	cậu bé; con trai
Christian name	tên thánh
children	con
family	gia đình
father/dad	cha/ba/bố
father-in-law	cha vợ/chồng
girl	cô bé; con gái
grandfather	ông nội/ngoại
grandmother	bà nội/ngoại
husband/wife	chồng/vợ
mother/mum	me/má
mother-in-law	mẹ vợ/chồng
nickname	tên thân mật/tên gọi ở nhà
older brother/sister	anh/chị
son/daughter	con trai/con gái
younger brother/sister	em trai/gái

TALKING WITH PARENTS

Nói Chuyện Với Phụ Huynh

When is the baby due?	Bao giờ đến ngày sinh cháu bé?
What are you going to call the baby?	Bà sẽ đặt tên cháu là gì?
Is this your first child?	Đây có phải là cháu đầu lòng của bà không?
How many children do you have?	Bà đã có mấy cháu rồi?
We don't have any children.	Chúng tôi chưa có con.
I have a daughter/son.	Tôi có một cháu gái/trai.
How old are they?	Các cháu được mấy tuổi rồi?
I can't believe it!	Thật khó ngờ!
You look too young.	Bà trông trẻ quá.

Does he/she attend school? | Cháu đã đi học chưa?
Is it a private or state school? | Đó là trường tư hay công?
Who looks after the children? | Ai trông nom các cháu?
Do you have grandchildren? | Bà có cháu nội/ngoại chưa?
What's the baby's name? | Tên em bé là gì?
Is it a boy or a girl? | Đó là bé trai hay bé gái?
Is he/she well behaved? | Bé có ngoan không?
Does he/she let you sleep at night? | *Bạn* đêm bé có để bà ngủ không?
He/she is very big for his/her age! | Cháu lớn hơn các trẻ cùng tuổi nhiều!
What a beautiful child! | Cháu xinh quá!
He/she looks like you. | Cháu giống bà quá.
He/she has your eyes. | Cháu có đôi mắt giống bà.
Who does he/she look like, Mum or Dad? | Cháu giống ai nào, Mẹ hay Bố?

FAMILY

TALKING WITH CHILDREN
Nói Chuyện Với Trẻ Con

What's your name? | Cháu tên gì?
How old are you? | Cháu lên mấy?
When is your birthday? | Sinh nhật cháu là ngày nào?
Have you got brothers and sisters? | Cháu có anh chị em không?
Do you have a pet at home? | Cháu có nuôi gia súc không?
Do you go to school or kindergarten? | Cháu đi học hay đi mẫu giáo?
Is your teacher nice? | Cô giáo cháu có hiền không?
Do you like school? | Cháu có thích đi học không?
Do you play sport? | Cháu có thích chơi thể thao không?
What sport do you play? | Cháu chơi môn thể thao nào?
What do you do after school? | Sau giờ học cháu làm gì?

FAMILY

Do you learn English?	Cháu có học Anh văn không?
We speak a different language in my country so I don't understand you very well.	Nước tôi nói một ngôn ngữ khác nên tôi không hiểu cháu nhiều.
I come from very far away.	Tôi từ rất xa đến.
Do you want to play a game?	Cháu có muốn chơi một trò chơi không?
What shall we play?	Mình chơi trò gì?
Have you lost your parents?	Cháu mồ côi, phải không?

COMMON INTERESTS   Sở Thích Chung

Western movies and pop music together with video karaoke are now the most popular entertainment across Vietnam for both rich and poor young people. In big cities, live music can be heard at romantic or artistically decorated bars and restaurants where you can buy a drink, have dinner and stay as long as you wish. Older people prefer soft music, traditional theatre or modern plays. Water puppet theatre, a well-known, unique and authentic Vietnamese art, can only be seen in Hanoi and Saigon.

Travelling for fun is still a luxury or only a dream to most people. They only travel when there's a good reason for it such as a pilgrimage, a business trip, or to attend an important family gathering.

A more traditional activity is buffalo fighting, perhaps the most exciting festival entertainment in Vietnamese villages. This violent activity is balanced by a calmer and more 'literate' one: human chess. In a large yard marked and used as a game board, pretty young girls dressed up as chess pieces move around the board according to the players' orders. The players are usually the wisest and most respected men in the villages. They sit high up in two towers on the either side of the yard, giving out their orders through a loud speaker. No money is involved in these activities.

Cockfighting is purely based on gambling and is popular amongst Vietnamese men. Amazingly large sums of money can be bet on a famous cockfighter. Different rules, for example whether the cock is allowed to wear a sharp metal spur or not, apply to different villages and districts.

What do you do in your spare time?	*Bạn làm gì trong thời gian rảnh rỗi?*
I like ...	Tôi thích ...
I don't like ...	Tôi không thích ...

Do you like ...?	Bạn có thích ...?
art	nghệ thuật
cooking	nấu nướng
dancing	khiêu vũ
films	phim ảnh
fishing	câu cá
going out	đi chơi
music	nhạc
photography	chụp ảnh
playing games	các trò chơi
playing soccer	chơi đá banh
playing sport	chơi thể thao
reading books	đọc sách
shopping	đi mua sắm
the theatre	kịch nghệ
travelling	đi du lịch
watching TV	xem truyền hình
writing	viết

EVERYONE'S A CRITIC

What do you think of ...?	Bạn nghĩ gì về ...?
It's ...	Nó ...
excellent	xuất sắc
interesting	lý thú
boring	nhàm chán
awful	dở tệ
unusual	khác thường
funny	tức cười
too sad	buồn quá
not bad	không đến nỗi nào
alright	tạm được
I liked/didn't like that (film).	Tôi thích/không thích (phim) đó.
I had a few problems with the language.	Tôi nghe không hiểu lắm.

SPORT

Thể Thao

Soccer, volleyball, table tennis, badminton, basketball, gymnastics, martial arts and boxing have been the most popular sports in Vietnam during the 20th century. Only people who can afford high membership fees play golf and tennis. Surfing and scuba diving are still uncommon despite the numerous beautiful and safe beaches along the 2000km of the country's eastern coastline. Baseball, hockey, rugby, cricket and Australian rules football are only heard about and rarely played.

INTERESTS

Do you like sport?	Bạn có thích thể thao không?
I like playing sport.	Tôi thích chơi thể thao.
I prefer to watch rather than play sport.	Tôi thích xem hơn là chơi thể thao.
Do you play ...?	Bạn có chơi ...?
I don't know how to play ...	Tôi không biết chơi ...
Would you like to play ...?	Bạn có thích chơi ...?
What is your favourite team/player?	Bạn thích nhất đội banh/cầu thủ nào?
Would you like to go to a ... game?	Bạn có thích đi coi ... không?
Where is it being held?	Trận đấu ở đâu?
How much is the ticket?	Giá vé bao nhiêu?
What time does it start?	Mấy giờ trận đấu bắt đầu?
Who's playing?	Đội nào chơi?
Who are you supporting?	Bạn ủng hộ đội nào?
Who's winning?	Đội nào thắng?
What's the score?	Điểm thắng là bao nhiêu?
It was a draw.	Hai đội huề nhau.
What a great performance!	Chơi tuyệt quá!
What a boring game!	Trận đấu chán quá!
How much time is left?	Còn bao lâu nữa?

international championships	trận vô địch quốc tế
medal	huy chương
Olympic Games	Thế Vận Hội
referee	trọng tài
seat	chỗ/ghế ngồi
ticket	vé
ticket office	phòng bán vé

HIT, PLAY OR WHAT?

Đánh is a very interesting verb in the Vietnamese language. Apart from the core meaning 'play' or 'hit', it covers an amazingly wide range of other actions. Here are only some examples:

đánh bạc	to gamble (lit: play with money)
đánh máy	to type (lit: hit the keyboard)
đánh bả	to poison
đánh bẫy	to trap
đánh bóng	to polish
đánh cá	to fish
đánh cắp	to steal
đánh cuộc	to bet
đánh dấu	to mark
đánh điện	to send a telegram
đánh đĩ	to prostitute oneself
đánh đổi	to exchange
đánh gió	to get rid of a cold/flu
đánh hỏng	to fail
đánh hơi	to scent
đánh liều	to risk
đánh lừa	to cheat
đánh mất	to lose
đánh phấn	to apply powder to one's face
đánh thuế	to tax
đánh thức	to wake
đánh vần	to spell

INTERESTS

Useful Words Những Từ Hữu Dụng

baseball	dã cầu
basketball	bóng rổ
boxing	đánh võ đài
cricket	môn đánh banh bằng gậy
diving	lặn
football	môn bóng đá và ném
hockey	khúc côn cầu
keeping fit	giữ sức khoẻ đúng mức
martial arts	võ thuật
rugby	bóng bầu dục
soccer	bóng đá
surfing	trò chơi ván lướt sóng
swimming	bơi lội
tennis	quần vợt
gymnastics	thể vận, thể dục
skiing	trượt tuyết
boxing	đánh võ đài
volleyball	bóng chuyền
badminton	vũ cầu
table tennis	bóng bàn

KEY WORDS

can	có thể
want	muốn
must/have to	phải
should/ought to	nên
exist/be (definite)	có
remain/be left/still	còn
be appropriate/necessary/ must/should	nên/phải
true/truly/really	thật/thiệt (south)
often/usually/frequently	thường
when	lúc nào/bao giờ

PETS   Gia Súc

Most households in Vietnam have cats (to keep rats and mice away), guard dogs, birds or tropical fish as their beloved pets. In the country-side, pigs and roosters are treated as pets too. Common Vietnamese pet names include **Ki kỉ, Tô tô, Lu lu, Vện, Vá, Mực** (for dogs), **Miu Miu, Mun, Mướp** (for cats).

Do you like animals?	*Bạn có yêu súc vật không?*
What a cute (puppy)!	(Chó con) dễ thương quá!
What's he/she called?	Nó tên gì?
Is it female or male?	Đó là con đực hay cái?
How old is he/she?	Nó mấy tuổi?
What breed is he/she?	Nó thuộc giống nào?
Does he/she bite?	Nó có cắn không?
Do you have any pet?	*Bạn có nuôi gia súc không?*
I have a ...	Tôi có nuôi một con ...
bird	chim
canary	hoàng yến
cat	mèo
dog	chó
fish	cá
guinea pig	bọ/chuột lang
hamster	chuột bạch
kitten	mèo con
mouse	chuột nhắt
puppy	chó con
rabbit	thỏ
tortoise	rùa

INTERESTS

HEADINESS

It's worth remembering that the head is the symbolic highest point in Asia, so never pat or touch someone on their head.

CROSSWORD – INTERESTS

INTERESTS

Across
3. Method of snapping your trip
4. Catch your dinner
6. Pastime for spectators and participants
7. Think Bruce Lee and Tai Chi

Down
1. Literate pursuit
2. Gets you humming
5. Silk paintings, lacquerware and other beautiful things

SOCIAL ISSUES

Những Vấn Đề Xã Hội

Please bear in mind that Vietnam is a communist country with only one political party (Communist Party), no democratic elections and little freedom of speech. For your own sake, it is wise not to use most of the following 'politics' phrases when you are in Vietnam.

POLITICS

Chính trị

Did you hear about ...?	*Bạn có nghe nói gì về ...?*
I am ...	Tôi ...
against ...	chống ...
in favour of ...	ủng hộ ...
drugs	ma túy
education	giáo dục
the environment	môi sinh
military service	quân dịch
privatisation	tư hữu hoá
social welfare	phúc lợi xã hội
the economy	kinh tế
I support the ... party.	Tôi ủng hộ đảng ...
In my country we have a (socialist) government.	Nước tôi do chính quyền (xã hội) cầm đầu.
Politicians are all the same.	Các chính trị gia đều giống nhau.
Politicians can never be trusted.	Chớ bao giờ đặt lòng tin nơi các chính trị gia.
candidate's speech	diễn văn của ứng cử viên
corrupt	tham nhũng
counting of votes	đếm phiếu

101

democracy	nền dân chủ
demonstration	biểu tình
dole	tiền trợ cấp thất nghiệp
... elections	cuộc bầu cử ...
local council	chính quyền địa phương
regional	miền, vùng
general/national	tổng quát/toàn quốc
parliament	quốc hội
policy	chính sách
polls	bầu cử
president	tổng thống
prime minister	thủ tướng
racism	sự kỳ thị
rally	tập hợp; biểu tình
rip-off	bóc lột
sexism	kỳ thị nam nữ
strike	đình công
term of office	nhiệm kỳ
trade union	nghiệp đoàn
unemployment	sự thất nghiệp
vote	bỏ phiếu, bầu

TALKING WITH OTHER TRAVELLERS

Bạn có ở đây lâu không?	Are you staying long here?
Tôi ở đây...ngày/tuần.	I'm staying here for ... days/weeks.
Chuyến này bạn đã đi những đâu rồi?	Where have you been on this trip?
Bạn còn đi những đâu nữa?	Where are you going next?
Bạn có quen ai ở đó/đây không?	Do you know anyone here/ there?

ENVIRONMENT

Does (Vietnam) have a
    pollution problem?
Does (Hue) have a
    recycling program?
Is this recyclable?

Are there any protected
    ...here?
Is this a protected ...?

    park
    forest
    species
Where do you stand on ...?

    pollution
    deforestation
    nuclear testing

antinuclear group

biodegradable
conservation
disposable
drought
ecosystem
endangered species

hunting
hydroelectricity
industrial pollution
irrigation
nuclear energy
ozone layer
pesticides

Môi sinh

(Việt nam) có bị ô nhiễm môi
    sinh không?
(Huế) có chương trình tái
    sinh rác không?
Món này có tái sinh được
    không?
Ở đây có ... được bảo vệ nào
    không?
Có phải đây là một ... được
    bảo vệ không?
        công viên
        khu rừng
        loài thú/loại cây
Bạn quan niệm thế nào về
vấn đề ...?
        ô nhiễm
        phá rừng
        thí nghiệm bom nguyên tử

nhóm chống thí nghiệm bom
    nguyên tử
có thể bị phá hủy vì vi khuẩn
bảo thủ
dùng một lần
hạn hán
hệ sinh thái
loài vật có nguy cơ bị tuyệt
    chủng
săn bắn
thủy điện
sự ô nhiễm do kỹ nghệ
dẫn thủy nhập điền
năng lực nguyên tử
tầng ô-dôn
thuốc diệt trừ sâu; chuột

recyclable	có thể tái sinh
recycling	tái sinh
reservoir	hồ chứa nước
toxic waste	rác thải chứa độc chất
water supply	nguồn cung cấp nước
How do people feel about ...?	Người ta có cảm nghĩ gì về ...?
What do you think about ...?	*Bạn nghĩ gì về ...?*
What is the current policy on (immigration)?	Chính sách (di trú) hiện hành ra sao?
Is there an (unemployment) problem here?	Ở đây có nạn (thất nghiệp) không?
Is there an adequate social welfare program?	Có chương trình phúc lợi xã hội đầy đủ không?
What assistance is there for ...?	Có sự trợ giúp dành cho ... không?
the aged	người già
homeless	người không nhà
street kids	trẻ sống ngoài đường

DRUGS

Ma túy

I don't take drugs.	Tôi không dùng ma túy.
I'm not interested in drugs.	Tôi không ham ma túy.
I take (cocaine) occasionally.	Thỉnh thoảng tôi dùng (cô-kê-in).
I smoke regularly.	Tôi phì thường xuyên.
Do you want to have a smoke?	*Bạn muốn phì không?*
I'm a heroin addict.	Tôi nghiện bạch phiến.
Where can I find clean syringes?	Tôi có thể tìm mua ống chích sạch ở đâu?
Do you sell syringes?	*Bạn có bán ống chích không?*

SOCIAL ISSUES

I'm stoned.
Tôi bị say thuốc.
I'm out of it.
Tôi hết say thuốc rồi.
My friend has taken an overdose.
Bạn tôi vừa dùng ma túy quá liều.
This is for personal use.
Thuốc này để dùng cho cá nhân.
I'm trying to get off it.
Tôi đang cố thoát ra khỏi vòng nghiện ngập.
Where can I get help with a drug problem?
Nơi nào có thể giúp tôi giải quyết vấn nạn ma túy?
Do you have a methodone program in this country?
Tại quốc gia này có chương trình cai nghiện không?
Can I register?
Tôi có thể ghi danh không?
I'm on a methadone program.
Tôi đang ở trong chương trình cai nghiện.

SWEARING

Đéo mẹ/Đụ má!
Fuck!

Thấy mẹ/Chết cha!
Damn it!

Đồ khốn nạn/khốn kiếp!
Bastard!

Đồ đĩ ngựa!
Bitch!

Đồ chó đẻ!
Son of bitch!

Đồ mất dạy!
Bloody idiot!

acid	a-xít/cường toan
addiction	sự nghiện ngập
cocaine	chất cô-kê-in gây tê mê
cocaine addict	người nghiện cô-kê-in
drug addiction	sự nghiện ma túy
drug dealer	người buôn bán ma túy
heroin addict	người nghiện bạch phiến
to inject	chích
overdose	quá liều lượng
syringe	ống chích
syringe disposal	sự vất bỏ ống chích đã dùng

CROSSWORD – SOCIAL ISSUES

Across

3. Coloured ignorance
6. Basis of official government decision overdose
7. Saving the planet

Down

1. Legally known as 'medication'
2. School and everything that comes with it
4. The monetary force
5. Act of destroying forests

SHOPPING Đi mua Sắm

In recent years Vietnam has opened its borders to foreign tourists and overseas Vietnamese visitors. To attract them, many shops and stores have been opened in the large cities. Most of the goods sold in these stores are either imported illegally from neighbouring countries or sent by expat Vietnamese to their relatives and friends. For these reasons, various foreign goods can be found in Vietnam.

When shopping, you have to bear two things in mind. Firstly, in most of the shops you have to bargain for the price. Secondly, be careful because many goods carry foreign brands, but they are, in fact, locally made, and in the case of some products, such as pharmaceuticals and alcohol, they can be dangerous to use.

In comparison to many cities in Vietnam, Ho Chi Minh City is the better place to shop. The further you travel north, the fewer goods you'll find. In remote areas, there is almost nothing to buy, except some cheap souvenirs. Vietnam does not have huge department stores or supermarkets as in developed countries. Most of the goods are sold in markets and small shops.

LOOKING FOR ... Tìm

Where can I buy ...? Tôi có thể mua ... ở đâu?

Where is the nearest ...? ... gần nhất ở đâu?

barber	tiệm cắt tóc
bookshop	tiệm sách
camera shop	tiệm bán máy chụp hình
chemist/pharmacy	hóa học gia/nhà thuốc tây
clothing store	tiệm áo quần
general store	cửa hàng tổng hợp
laundry	tiệm giặt đồ
market	siêu thị
souvenir shop	tiệm bán đồ kỷ niệm

MAKING A PURCHASE   Mua một Món Gì

I'd like to buy ...	Tôi muốn mua ...
Do you have others?	*Bạn* có những cái khác không?
I don't like it.	Tôi không thích nó.
Can I look at it?	Tôi có thể xem được không?
I'm just looking.	Tôi chỉ ngắm xem.
How much is this?	Bao nhiêu vậy?
Can you write down the price?	*Bạn* có thể viết giá tiền xuống không?
Do you accept credit cards?	*Bạn* có nhận thẻ tín dụng không?
Please wrap it.	Làm ơn gói lại giùm.

SHOPPING

BARGAINING   Mặc Cả

In government-run stores prices are fixed. But these shops don't stock much. On the street and in many shops bargaining is very common and necessary.

I think it's too expensive.	Tôi nghĩ nó quá đắt tiền.
It's too much for us.	Nó quá đắt đối với chúng tôi.
Can you lower the price?	*Bạn* có thể hạ giá xuống không?

ESSENTIAL GROCERIES   Nhu Yếu Phẩm

Where can I find …?	Tôi có thể tìm thấy … ở đâu?
I'd like …	Tôi muốn mua …
batteries	pin
bread	bánh mì ổ
butter	bơ
cheese	phó mát
chocolate	sô cô la
eggs	trứng
flour	bột mì
gas cyclinder	bình ga
ham	giăm bông/thịt nguội
honey	mật ong
margarine	bơ thực vật
matches	diêm quẹt
milk	sữa
pepper	tiêu
salt	muối
shampoo	xà bông gội đầu
soap	xà bông rửa chén
sugar	đường
toilet paper	giấy đi cầu
toothpaste	kem đánh răng
washing powder	xà bông bột
yoghurt	da ua/sữa chua

SHOPPING

THEY MAY SAY ...

Ông/Bà muốn mua gì đấy ạ?	How can I help you?
Ông/Bà cần bao nhiêu cái ạ?	How many would you like?
Ông/Bà còn mua gì nữa không ạ?	Anything else?
Rất tiếc chỉ còn cái duy nhất này thôi ạ.	Sorry, this is the only one.
Có cần gói lại không ạ.	Would you like it wrapped?

SOUVENIRS   Đồ Kỷ Niệm

baskets	giỏ
brassware	đồ bằng thau
cane ware/furniture	đồ bằng mây/đồ đạc
handicraft	nghề thủ công
woodcarved figure	tượng gỗ
souvenirs made of shell	đồ lưu niệm làm bằng vỏ sò

CLOTHING   Quần Áo

The best way to buy clothes is to have them made by the tailors or dressmakers. They can be easily found anywhere and everywhere, with plastic mannequins wearing samples of clothes, displayed in front of their shops. Fierce competition ensures standards are high and lowers the already low cost of labour.

The ready-made clothes are of dubious quality, and if you buy them at a market you'd better be good at bargaining. The vendors might multiply the price by five or more!

jacket	áo khoác
jumper (sweater)	áo len
pants	quần tây
raincoat	áo mưa

shirt	áo sơ mi
shoes	giầy
socks	vớ
swimsuit	áo bơi
T-shirt	áo thun
underwear	quần áo lót

COLOURS

Mầu Sắc

dark ...	... đậm
light ...	... nhạt
black	màu đen
blue	màu xanh dà trời
brown	màu nâu
green	màu xanh lá cây
grey	màu xám
orange	màu cam
pink	màu hồng
purple	màu tím
red	màu đỏ
white	màu trắng
yellow	màu vàng

DIS YOU KNOW ... The adverb rất, which means 'very', always comes before an adjective.

rất đẹp	very beautiful
rất hợp thời trang	very fashionable

While quá, which means 'too', can be placed either before or after an adjective.

quá ngắn	too short
chật quá	too tight

SHOPPING

DIS YOU KNOW ... Xanh is used for both green and blue, therefore descriptive phrases should be added to avoid confusion:

xanh da trời
(lit: xanh as the sky)
xanh dương/nước biển
(lit: xanh as the sea)
xanh lá cây
(lit: xanh as leaves)
xanh lá mạ
(lit: xanh as seedlings)

TOILETRIES

	Đồ Dùng về Vệ Sinh
condoms	bao dương vật
deodorant	chất khử mùi
moisturising cream	kem chống khô da
razor	lưỡi lam, dao cạo
sanitary napkins	băng vệ sinh
shampoo	xà bông gội đầu
shaving cream	kem cạo râu
soap	xà bông
sunblock	kem chống nắng
tampons	ống băng vệ sinh
toilet paper	giấy vệ sinh

FOR THE BABY

	Đồ Dùng Cho Em Bé
tinned baby food	đồ hộp cho em bé
baby powder	phấn rôm em bé
bib	yếm dãi
dummy/pacifier	núm vú giả
feeding bottle	chai sữa cho em bé
nappy	tã lót
nappy rash cream	kem chống sản ngứa (do mặc tã)

STATIONERY & PUBLICATIONS

Văn Phòng Phẩm & Sách Báo

Is there an English-language bookshop here?	Ở đây có tiệm sách tiếng Anh không?
Is there an English-language section?	Tiệm này có bán sách tiếng Anh không?
Is there a local entertainment guide?	Ở đây có tài liệu hướng dẫn về các dịch vụ giải trí địa phương không?
Do you sell ...?	*Bạn* có bán ... không?
magazines	tạp chí
newspapers	báo chí
postcards	thiệp
dictionaries	tự điển
envelopes	bao thư
... maps	bản đồ ...
city	thành phố
regional	địa phương
road	con đường
newspapers in English	báo Anh ngữ
paper	giấy
pens (ballpoint)	viết bi
stamp	tem; con dấu

MUSIC

Nhạc

Hồng Nhung is one of the most popular singers in Vietnam. A double ticket to her concert costs $US 50, which is equivalent to the two-month salary of a high school teacher. She mainly sings songs written by **Trịnh Công Sơn**. **Trịnh** was a famous song-writer in South Vietnam prior to 1975. His music is gracefully soft, his lyrics wonderfully simple but impressively meaningful.

I'm looking for a ... CD.	Tôi muốn tìm một dĩa CD về/của ...
Do you have any ...?	*Bạn* có dĩa ... không?

SHOPPING

What is his/her best recording?	Dĩa nào của ca sĩ ấy được chuộng nhất?
I heard a band/singer called ...	Tôi nghe có một ban nhạc/ca sĩ tên là ...
Can I listen to this CD here?	Tôi có thể nghe CD này ở đây không?
I need a blank tape.	Tôi cần một cuộn băng trắng

PHOTOGRAPHY · Nhiếp Ảnh

How much is it to process this film?	Rửa phim này tốn bao nhiêu?
When will it be ready?	Khi nào xong?
I'd like a film for this camera.	Tôi cần một cuộn phim cho máy chụp ảnh này.

battery	pin
B&W film	phim trắng đen
camera	máy chụp hình
colour film	phim màu
film	phim
flash/flash bulb	đèn chớp/bóng đèn chớp
lens	ống kính
light meter	máy đo ánh sáng
slides	phim rọi
videotape	băng hình

SMOKING · Thuốc Lá

There has not been any campaign yet regarding smoking in Vietnam. Smokers smoke all sorts of local cigars/cigarettes, often very strong and without filters. American and European tobaccos are greatly valued, and normally used as the most precious gift to offer to bosses or benefactors.

The duty-free cigarette packs bought at the airport might become very handy if you need to make new and dedicated friends quickly during your trip in Vietnam.

SHOPPING

Women don't drink or smoke, but accept the men's drinking and smoking habits as 'normal'.

A packet of cigarettes, please.	**Làm ơn bán cho tôi một gói thuốc lá.**
Are these cigarettes strong or mild?	**Thuốc lá này nặng hay nhẹ?**
Do you have a light?	*Bạn* **có bật lửa không?**
Please don't smoke.	**Làm ơn đừng hút thuốc.**
Do you mind if I smoke?	*Bạn* **có phiền không nếu tôi hút thuốc?**
I'm trying to give up.	**Tôi đang ráng bỏ thuốc lá.**

cigarettes	**thuốc lá**
cigarette papers	**giấy vấn thuốc**
filtered	**có đầu lọc**
lighter	**hộp quẹt**
matches	**diêm quẹt**
menthol	**có chất the; bạc hà**
pipe	**ống điếu**
tobacco	**thuốc lá**

SIZES & COMPARISONS

Kích Thước & So Sánh

small	nhỏ
big	lớn
heavy	nặng
light	nhẹ
more	thêm
little (amount)	ít
too much/many	nhiều quá
many	nhiều
enough	đủ
also	cũng vậy
a little bit	một ít

CROSSWORD – SHOPPING

Across

1. Put ants in them and you'll dance
5. The roll in your camera
6. Glossy, often vacuous periodical
8. Shirt with a T

Down

2. The shop that helps you read
3. Light up and puff
4. Extra
7. Portable energy source
9. Pictures that usually arrive after you get back

Westerners are becoming more and more familiar with Vietnamese food. It is believed to contain less fat than many other styles of cuisine, and to be easy to digest. In comparison with other cuisines, Vietnamese dishes are relatively cheap. If you find the right place, you need only spend a few dollars a day for food. It's even cheaper in the smaller provinces. Seafood is a main staple of the Vietnamese people. Pork is also popular, whereas chicken is the most expensive meat, and for the majority of the people in rural areas, is served only on special occasions. If you're served chicken, it means you're a special guest.

Vietnam has three main regions, each with its specialties. In the south, **hủ tiếu** (seafood noodle soup) is the most popular, while in central Vietnam, **bún bò Huế** (Hue-styled beef noodle soup) is the most famous. In the north, **phở** (beef or chicken noodle soup) is considered to be the specialty. However these three dishes can be found anywhere in Vietnam.

The Vietnamese consider the proper selection of foods to be important to maintaining and restoring their health. The practice of eating proper food in terms of the **âm/dương** (yin/yang) bipolar

---

GO AWAY

You would often hear the word **đi** at the end of a request/command. In this case, **đi** is not a verb, but an emphasizing/encouraging word:

Đi đi!	Go away!
Ăn đi!	Eat!
Vô đi!	Come in!
Đá đi!	Kick!

scales is believed to treat illnesses. Some of these foods usually include garlic, ginger, lemon grass, spring onion soups, hot drinks, bananas, carrots and celery.

breakfast	bữa sáng
lunch	bữa trưa
dinner	bữa tối

BREAKFAST   Điểm Tâm

Most Vietnamese people eat three meals a day. In rural areas, in order to work hard until noon, farmers require large breakfasts: often rice with fish and some vegetables. People in cities normally have a lighter breakfast: porridge or bread with meat is preferred. On Sunday, many people have either a phở, hủ tiếu or bún bò Huế in a restaurant. In many restaurants, you can choose from a small variety of dishes for your breakfast.

beef/chicken noodle soup	phở
boiled egg	trứng luộc
bread	bánh mì
butter	bơ
cheese	phô mai/phó mát
fried egg	trứng chiên/tráng
Hue-styled beef noodle soup	bún bò Huế
iced white coffee	cà phê sữa đá
milk	sữa
porridge with pork	cháo thịt
porridge	cháo trắng
scrambled eggs	trứng bác/chưng
seafood soup	hủ tiếu

LUNCH   Bữa Trưa

Most dinner dishes are also served for lunch. Lunch for labourers in rural areas is as large as dinner, while lunch for people in cities is comparatively light and quick. Below are some main lunch dishes.

FOOD

chicken salad	gỏi gà
fish soup	canh cá
fried fish	cá chiên/rán
fried rice	cơm chiên/rang
pork soup	canh thịt
prawn fried with salt	tôm rang muối
rice paper rolls	bánh cuốn
spring rolls	chả giò/nem
steamed fish	cá hấp
steamed rice	cơm trắng

DINNER   Bữa Chiều

Dinner is a big meal for the Vietnamese. While large restaurants offer a great variety of dishes for dinner, many Vietnamese prefer to have their dinner in restaurants offering special dishes, where the food is both good and cheap.

Soup Canh

bean curd soup	canh đậu hũ/phụ
chicken soup	canh thịt gà
fish sour soup	canh chua cá
meat and seafood steam boat	lẩu thập cẩm
pork soup	canh thịt heo/lợn
porridge with fish	cháo cá

Pork Dishes Các Món Thịt heo

barbecued pork	thịt heo/lợn nướng
boiled pork	thịt heo/lợn luộc
pork stir fried with cauliflower	thịt heo/lợn xào bông cải
pork stir fried with green bean	thịt heo/lợn xào đậu cô-ve
pork stir fried with onion	thịt heo/lợn xào hành
roasted pork	thịt heo/lợn quay

FOOD

Seafood Dishes Các Món Đồ Biển

boiled lobster	tôm hùm luộc
crab roasted with salt	cua rang muối
crab stir fried with ginger	cua xào gừng
fried fish	cá chiên/rán
lobster stir fried with ginger and onion	tôm hùm xào hành, gừng
prawn roasted with salt	tôm rang muối
prawn stir fried with cauliflower	tôm xào bông cải/súp lơ
steamed fish	cá hấp

Poultry Dishes Các Món Gà Vịt

boiled chicken/duck	gà/vịt luộc
chicken stir fried with lemongrass and chili	gà xào sả ớt
chicken wings fried with butter	cánh gà chiên bơ
chicken/duck porridge	cháo gà/vịt
roasted chicken/duck	gà/vịt quay

Dessert Món Tráng Miệng

black bean sweet soup	chè đậu đen
cake	bánh ngọt
fruit	trái cây/hoa quả
green bean cake	bánh đậu xanh
green bean sweet soup	chè đậu xanh
sweet soup	chè

FRUIT   Trái cây

Fresh fruit is available in Vietnam all year round, very delicious and cheap, especially bananas, pawpaws, custard apples, jackfruits, pomelos, longans, star apples, rambutans and sabotiers. The ready cut fruit are attractively displayed in the street vendors' glass boxes, or on the stalls at the markets.

But, as you never know how clean the process of preparing the fruit is, it is highly recommended that you buy a whole fruit and wash, peel and cut it yourself.

apple	táo
apricot	mơ
banana	chuối
carambola	khế
coconut	dừa
custard apple	măng cầu dai/na
dates	chà là
durian	sầu riêng
grape	nho
green dragon	thanh long
guava	ổi
jackfruit	mít
longan	nhãn
lychee	vải
mandarin	quít
mango	xoài
mangosteen	măng cụt
melon	dưa
papaya/pawpaw	đu đủ
peach	đào
pear	lê
pineapple	thơm/khóm/dứa
plum, prune	mận
pomegranate	lựu
pomelo	bưởi
rambutan	chôm chôm
star-apple	vú sữa
strawberry	dâu tây
sugar cane	mía
watermelon	dưa hấu

Ăn

Ăn is the most used Vietnamese verb. It could easily occupy five large pages of a dictionary. Here are some useful examples for you:

ăn	to eat
ăn ảnh	to be photogenic
ăn cắp	to steal
ăn chay	to be on a vegetarian diet
ăn chắc	to be on sure ground
ăn chơi	to lead a life of pleasure
ăn cuộc	to win a bet
ăn tiền/ăn hối lộ	to take a bribe
ăn đường	to eat while traveling
ăn đứt	to prevail over
ăn gian	to cheat
ăn hại	to live at someone's expense
ăn hiếp	to bully
ăn khách	to have plenty of customers
ăn khớp	to fit together
ăn kiêng	to be on a special diet
ăn lời	to make a profit
ăn lan	to spread
ăn lương	to receive payment
ăn mày	to beg
ăn nằm	to make love
ăn năn	to repent
ăn nắng	to get sunburnt
ăn nhịp	to be rhythmical
ăn ở	to live as husband and wife; to behave
ăn rễ	to take roots
ăn tết	to celebrate the New Year
ăn thông	to be in connection with

FOOD

VEGETABLES

artichoke	a-ti-sô
bamboo shoots	măng
banana blossom	bắp chuối
basil	rau quế
bean sprouts	giá
beancurd (tofu)	đậu phụ/hũ
beans	đậu
betel leaves	lá trầu
black bean	đậu đen
bok choy	cải bẹ trắng
broad bean	đậu tầm
butter bean	đậu trắng
cabbage	bắp cải
carrot	cà rốt
cauliflower	bông cải/súp lơ

Rau Củ

FOOD

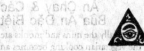

celery	cần tây
chives	lá thơm mùi hành
coriander	ngò
corn	bắp/ngô
cucumber	dưa leo/dưa chuột
daikon/turnip	củ cải trắng
eggplant (aubergine)	cà tím
green beans	đậu xanh
green pepper	ớt xanh
haricot beans	đậu tây
jicama	củ đậu
lentils	đậu làng-ti
lettuce	rau diếp
lotus root	củ sen
mint	bạc hà

FOOD

mung beans	đậu xanh
mushrooms	nấm
mustard greens	cải tàu
parsley	cây mùi tây
parsnip	cây phòng phong
peas	đậu bi
potato	khoai tây
pumpkin	bí ngô/bí đỏ
red kidney beans	đậu đỏ
runner beans	đậu thân leo
string beans	đậu que
sweet potato	khoai lang
taro root	khoai môn
tomato	cà chua
water spinach	rau muống

VEGETARIAN & SPECIAL MEALS
Ăn Chay & Các Bữa Ăn Đặc Biệt

Keen Vietnamese Buddhists, especially the nuns and monks are strict vegetarians. Therefore the vegetarian cooking becomes an art and an integral part of Vietnamese cusine. At 12 o'clock sharp vegetarian lunch is served free at the pagodas. (But make sure you put some money in the donation box to show your appreciation and good heart). On the 1st, 15th and 30th of every Vietnamese Calendar's month, at the pagodas, vegetarian feasts with a large variety of scrumptious and beautifully presented dishes are served, also free to the public. Foreigners are most welcome.

I'm a vegetarian.	Tôi ăn chay.
I don't eat meat.	Tôi không ăn thịt.
I don't eat chicken, fish or ham.	Tôi không ăn thịt gà, cá, hay thịt nguội.
I can't eat dairy products.	Tôi không ăn phó phẩm của sữa.
Do you have any vegetarian dishes?	Bạn có những món chay không?

FOOD

Does this dish have meat?	Món này có thịt không?
Can I get this without meat?	Tôi chọn món này nhưng không lấy thịt được không?
Does it contain eggs?	Món này có trứng không?
I'm allergic to (peanuts).	Tôi bị dị ứng với (đậu phộng).
Is there a kosher restaurant here?	Ở đây có nhà hàng nào phục vụ ăn kiêng kiểu Do thái không?
Is this kosher?	Món này có phải nấu kiêng kiểu Do thái không?
Is this organic?	Rau/trái này có được bón trồng bằng phân hữu cơ không?

EATING OUT   Đi Ăn Tiệm

For breakfast, Vietnamese people usually enjoy the large variety of great food sold by peddlers or at food sections of markets. For lunch and dinner, which are both considered main meals, Vietnamese families prefer to stay home to enjoy their mothers' cooking talents. Most, if not all, Vietnamese mothers are excellent cooks and are willing to provide the best meals everyday for their families. Now and then, on very special occasions such as weddings or anniversaries, the whole family might go to a restaurant, knowing that a meal there might cost the same as a week's worth of meals at home.

DISHONEST VEGETARIANS – NEVER!

Most Vietnamese people see ăn chay (being on a vegetarian diet) as a Buddhist practice which is meant to help purify people's minds and bodies. Hence, they use this expression to mock hypocrites:

Ăn mặn nói ngay, còn hơn ăn chay nói dối.
Better to be an honest meat eater than a dishonest vegetarian.

FOOD

Groups of colleagues or friends usually choose to eat out for a celebration. Traditionally, they don't share the bill, as it would look embarrassing. The implied agreement amongst a group is: 'It's my turn to pay this time, yours is next.'

Eateries are normally full of habitual male customers. They have good excuses (traditionally accepted) to spend their families' savings on their own drinking habit. Men need to **nhậu** (drink lots of beer/wine) for socializing or 'talking business'.

Table for (five), please.	Xin cho bàn (năm) người.
May we see the menu?	Chúng tôi có thể xem thực đơn không?
Please bring some ...	Làm ơn mang một ít ...
Do I get it myself or do they bring it to us?	Tôi phải tự lấy hay họ sẽ đem đến cho chúng tôi?
Please bring ...	Làm ơn cho ...
an ashtray	đồ gạt tàn thuốc lá
the bill	hóa đơn
a fork	cái nĩa
a glass of water	ly nước lạnh
(with/without ice)	(có/không có đá)
a knife	con dao
a plate	cái dĩa
No ice in my beer, please.	Làm ơn đừng bỏ đá vào ly bia của tôi.
Is service included in the bill?	Đã tính tiền hầu bàn vào hóa đơn chưa?
cup	ly
fresh	tươi
spicy	cay
stale/spoiled	cũ, thiu/thối, ươn
sweet	ngọt
toothpick	tăm xỉa răng

SPECIAL DISHES　　Các Món Ăn Đặc Biệt

beef noodle soup	phở bò
chicken noodle soup	phở gà
country pancakes	bánh xèo
fried duck	vịt chiên
fried rice	cơm chiên/rang
fried prawn	tôm chiên/rang
fish sauce	nước mắm
Hue beef noodle soup	bún bò huế
lotus root salad	gỏi ngó sen
rice vermicelli	bún, bánh hỏi
rice noodle sheet	bánh ướt
rice paper	bánh tráng
seafood noodle soup	hủ tíu đồ biển
seven courses of beef	bò bảy món
shrimp chips	bánh phồng tôm
spring rolls	chả giò
steamed fish	cá hấp
sour soup	canh chua

FOOD

SELF-CATERING　　Tự Làm Tiệc

Simple meals can be quickly and easily prepared with French baguettes, bread rolls, croissants, pate-chauts, fresh fruit and vegetables, dairy products, etc sold in the city's markets and at street stalls. The expiry dates on the packs of dairy products might not be reliable, taking into account transport time, hot weather and the lack of cooling systems.

bread	bánh mì ổ
butter	bơ
cheese	phó mát
Chinese sausage	lạp xưởng
chocolate	sô cô la
cinnamon pork roll	chả quế
eggs	trứng
flour	bột mì

glutinous rice	xôi/nếp
glutinous rice cake	bánh chưng/tét
ham	giăm bông; thịt nguội
honey	mật ong
liver paste	pa tê gan
margarine	bơ thực vật
milk	sữa
pepper	tiêu
pickled ham	nem chua
pickled vegetables	đồ chua
pork roll	chả lụa/giò lụa
salami	xúc xích
salt	muối
steamed bun	bánh bao
sugar	đường
yoghurt	da ua

AT THE MARKET   Tại chợ

Markets are the best places to buy daily fresh food. There are good general-purpose markets in all districts, towns and cities. Bargaining talent is crucial. And at the crowded markets, people are constantly on the look out for highly skilled pickpocketers and bag snatchers.

Meat Thịt

beef	thịt bò
goat	thịt dê
meat	thịt
pork	thịt heo

FOOD

Seafood Đồ Biển

anchovy	cá tròng
carp	cá chép
cat fish	cá trê
clams	nghêu
crab	cua
crayfish	tôm đất
eel	lươn
fish	cá
haddock	cá tuyết êfin
hake	cá tuyết meluc
herring/sardine	cá trích
lobster	tôm hùm
mackerel	cá thu
mussels	chem chép
octopus	bạch tuộc
oysters	sò
perch	cá chẽm
prawn	tôm
sardine	cá mòi
scallop	con sò lò
shellfish	hải sản có vỏ
shrimp	tép
skipper	cá trích hung khối
squid	mực
trout	cá hồi
tuna/cod	cá thu

MMM ... VERY, YES, EXTREMELY SO

The words rất/lắm meaning 'very' and quá meaning 'too/extremely/so' are often used to express their meaning more vividly:

She is very beautiful.	Cô ấy rất đẹp.
He came too late.	Anh ta đã đến quá trễ.

FOOD

TRAVEL BROADENS THE MIND

Here is a very popular expression in Vietnamese:
Đi một ngày đàng, học một sàng khôn
(lit: Each day of travelling gains you plenty of wisdom)

Spices & Condiments Gia vị

anchovy sauce	mắm nêm
black pepper	tiêu đen
chilli sauce	tương ớt
cinnamon	quế
clove	đinh hương
coconut milk	nước dừa
fish sauce	nước mắm
galangal	riềng
garlic	củ tỏi
ginger	củ gừng
honey	mật ong
jam	mứt
lemon grass	xả
oil	dầu
onions	củ hành
oyster sauce	dầu hào
palm sugar	đường thẻ
peanuts	đậu phộng
pickled shallots	củ kiệu chua
red peppers	ớt đỏ,
roasted rice powder	thính
salt	muối
sesame	mè/vừng
shrimp sauce	mắm ruốc/tôm
soy sauce	nước tương; xì dầu
star anise	đại hồi
sugar	đường
turmeric	nghệ
vinegar	dấm

FOOD

DRINKS
Thức Uống
Non-Alcoholic Không có chất rượu

boiled water	nước sôi
camomile tea	trà cúc la mã
coffee	cà phê
herb tea	trà được thảo
hot chocolate	sô-cô-la nóng
lemonade	nước chanh
mineral water	nước khoáng
orange juice	nước cam vắt
soya bean drink	sữa đậu nành
(cup of) tea	(tách) trà
water	nước lã
wine	rượu
with/without milk	có/không có sữa
with/without sugar	có/không có đường

GO

The verb đi is equivalent to the verb 'go' in English.
But, be careful! It can convey other unexpected
meanings, too:

đi đứt/đong/đời	it's the end of it!
đi khỏi/đi vắng	to be away/absent
đi lạc	to lose one's way
đi lính	to join the army
đi ở đợ	to be a servant
đi phép	to be on service leave
đi tắm	to take a shower/bath
đi tắt	to take a shortcut
đi thi	to sit for an exam
đi tu	to become a nun/monk/priest
đi trốn	to flee
đi tuốt	to have diarrhoea

FOOD

IGNORANCE MEANS KINDNESS

Within family circle and among friends, the Vietnamese normally don't say 'thank you' as much as you may be used to. So when you do someone a favour and they do not explicitly say 'thank you', don't be upset. They consider you as a family member a close friend.

Alcoholic   Có chất rượu

Be sure to try **bia hơi**. Introduced to Vietnam by the Czechs, this refreshing, light-bodied Pilsner is brewed and delivered daily to drinking establishments throughout Saigon, Hanoi and points in between. Brewed without preservatives, it is meant to be enjoyed immediately, and is ideally suited to Vietnam's climate.

aperitif	rượu khai vị
beer	bia
brandy	rượu ran-đi
cocktails	rượu pha nước hoa quả
draught beer	bia hơi
fruit punch	rượu pha trái cây
gin	rượu trắng
liqueur	rượu mạnh
red wine	rượu chát đỏ
rice wine	rượu cần
rye whisky	rượu mạnh uýt ky
snake that has been soaked in wine (used as a kind of medicine)	rượu rắn
sparkling wine	rượu xủi tăm
spirits	rượu cồn
vodka	rượu vốt ka
whisky	rượu uýt ky
wine	rượu

FOOD

CROSSWORD – FOOD

Across

2. White and tasteless vegetarian delight

4. The long (at times) French staple

6. Tasty root that will tarnish your breath

9. If it's not hot enough, dab it on

Down

1. Cow and noodles, have it for breakfast

3. Small, tasty, crispy – not seasonal despite namesake

5. Sweet tropical fruit with a tang – usually pink or orange

7. None for vegetarians

8. Zesty herb often eaten fresh around these parts

IN THE COUNTRY

Ở Miền Quê

In the last few years Vietnam has opened its doors to visitors. Foreign tourists can now visit almost any place they wish to. From Ho Chi Minh City, you can hire a car, a minibus or even a motorbike to go to Dalat and spend a few days there. Dalat is the best known resort city in south Vietnam, and is about 300km north-east of Ho Chi Minh City. If you want to swim, you can take a trip to Vung Tau, the famous beach resort 125km north-east of Ho Chi Minh City. If you want to see the real life of the southerners, you have to move westward to the Mekong delta. While in the Mekong delta, you can hire a boat to travel from village to village and meet the local people, who you will find very friendly and hospitable. They'll most probably offer you coconut milk to drink.

If you want to see the people of different areas, take a train from Ho Chi Minh City to Hanoi. You can break your journey at a number of cities. For example, your first stop could be in Nha Trang, a beautiful and calm beach city in central Vietnam, 500km north of Ho Chi Minh City. If you want to continue your journey, the next stop could be Danang, the second largest city of South Vietnam during the Vietnam War. Your next stop might be in Hue, the former capital of Vietnam during the Nguyen dynasty, where it's worth staying a few days to visit the Buddhist temples, imperial tombs and maybe take a tour along the famous Perfume River.

From Hanoi you can take different trips to see the Vietnamese people in the northern provinces, or to see the tribal people in the northern highlands. One trip not to be missed is to Ha Long Bay, one of the most beautiful bays in the world.

CAMPING

Cắm Trại

Camping is not a popular pastime in Vietnam, therefore proper camping gear and equipment are not available to buy or hire. A few travel agencies in big cities can offer organized camping trips which must be registered and approved by the police.

camping	đi cắm trại
campsite	nơi cắm trại
rope	dây thừng
tent	lều
torch (flashlight)	ngọn đuốc; đèn
Do you have any sites available?	Bạn còn chỗ cắm trại nào trống không?
How much is it per person/per tent?	Mỗi người; mỗi lều tốn bao nhiêu?
Where can I hire a tent?	Tôi có thể mướn lều ở đâu?
Can we camp here?	Chúng tôi có thể cắm trại ở đây không?
Are there shower facilities?	Ở đây có chỗ tắm bằng vòi sen không?

HIKING

Đi Bộ Đường Trường

Vietnam is an ideal country for hiking with scenic valleys, forests and national parks. But you should make sufficient local enquires before hiking (permit from the local police, water and food supplies, shelters, etc).

Are there any tourist attractions near here?	Gần đây có thắng cảnh nào không?
Where is the nearest village?	Gần đây nhất là ngôi làng nào?
Is it safe to climb this mountain?	Trèo núi này có an toàn không?

Is there a hut up there?	Trên đó có túp lều nào không?
Do we need a guide?	Chúng tôi có cần người hướng dẫn không?
Where can I find out about hiking trails in the region?	Tôi có thể tìm tài liệu ở đâu nói về các lộ trình đi bộ trong vùng này?
Are there guided treks?	Có các bảng hướng dẫn dọc theo lộ trình đi bộ không?
I'd like to talk to someone who knows this area.	Tôi muốn nói chuyện với người nào biết địa thế vùng này.
How long is the trail?	Con đường mòn này bao xa?
Is the track well marked?	Lối đi có được đánh dấu rõ không?
How high is the climb?	Phải trèo bao cao?
Which is the shortest route?	Đường nào ngắn nhất?
Which is the easiest route?	Đường nào dễ đi nhất?
Is the path open?	Cuối đường này có thông sang đường khác không?
When does it get dark?	Chừng nào thì trời tối?
Is it very scenic?	Nơi ấy có đẹp lắm không?
Where can I hire mountain gear?	Tôi có thể mướn đồ trèo núi ở đâu?
Where can we buy supplies?	Chúng tôi có thể mua thức ăn và đồ dùng ở đâu?

On the Path Trên Đường Đi

Where have you come from?	*Bạn từ đâu tới?*
How long did it take you?	*Bạn mất bao lâu để đến đây?*
Does this path go to ...?	Con đường này có dẫn đến ... không?
I'm lost.	Tôi bị lạc.
Where can we spend the night?	Chúng tôi có thể nghỉ đêm ở đâu?

IN THE COUNTRY

Can I leave some things here
for a while?

Tôi có thể để đồ lại đây
trong chốc lát không?

altitude	độ cao
backpack	cặp đeo
binoculars	ống nhòm
candles	đèn cầy
to climb	trèo núi
compass	địa bàn
downhill	xuống dốc
first-aid kit	hộp cứu thương
gloves	bao tay
guide	người/bản hướng dẫn
guided trek	đường rừng núi có hướng dẫn
hiking	đi bộ
hiking boots	giầy đi bộ
hunting	đi săn
ledge	gờ, rìa, đá ngầm
lookout	nơi đứng ngắm cảnh
map	bản đồ
mountain climbing	trèo núi
pick	cuốc/hái
provisions	những dự phòng; điều khoản
rock climbing	leo núi đá
rope	dây thừng
signpost	bảng chỉ đường
steep	dốc
trek	đường rừng núi
uphill	dốc dôi
to walk	đi bộ

AT THE BEACH

	Nơi Bãi Biển
Can we swim here?	**Chúng tôi có thể bơi ở đây không?**
Is it safe to swim here?	**Bơi ở đây có an toàn không?**
What time is high/low tide?	**Khi nào thì thủy triều lên/ xuống?**
coast	bờ biển
fishing	câu cá
reef	đá ngầm
rock	đá
sand	cát
sea	biển
snorkelling	ống thông hơi
sunblock	kem chống nắng
sunglasses	kính mát
surf	lướt sóng
surfing	chơi lướt sóng
surfboard	ván lướt sóng
swimming	đi bơi
towel	khăn tắm
waterskiing	trượt nước
waves	sóng
windsurfing	chơi lướt gió

Diving Lặn

scuba diving	lặn với bình dưỡng khí
Are there good diving sites here?	Ở đây có nơi nào tốt để lặn không?
Can we hire a diving boat/guide?	Chúng ta có thể mướn tàu lặn/ người hướng dẫn lặn không?
We'd like to hire diving equipment.	Chúng tôi muốn mượn đồ lặn.
I'm interested in exploring wrecks.	Tôi rất thích tìm tòi các xác tàu bị đắm.

WEATHER   Thời Tiết

The climate in Vietnam varies according to the latitude and altitude. In general, the climate in Vietnam is hot and humid. In the north, winter begins in November and lasts until April, and summer is from May until October. From January to March drizzle and fine rain abounds. In the south, there are only two seasons: the rainy and the dry seasons – the temperature is usually warm year-round. Summer in the central region is very hot. The mildest city with cool weather year-round is Đà Lạt City, a popular resort area that even attracts people from the country.

What's the weather like?   Thời tiết như thế nào?
Today it is ...   Hôm nay trời ...
Will it be ... tomorrow?   Ngày mai trời sẽ ... phải
                                  không?

    cloudy   nhiều mây
    cold   lạnh
    hot   nóng
    humid   ẩm ướt
    warm   ấm áp
    windy   nhiều gió
    snowing   có tuyết
    raining   mưa

It's raining heavily.   Trời đang mưa to.
It's raining lightly.   Trời đang mưa nhẹ.
It's flooding.   Ngập lụt rồi.

dry season   mùa khô
monsoon season   mùa có gió mùa
rainy season   mùa mưa
storm   bão tố
sun   mặt trời
typhoon   bão

GEOGRAPHICAL TERMS   Danh Từ Địa Lý

beach	bãi biển
bridge	cầu
cave	hang động
cliff	vách đá
earthquake	động đất
farm	nông trại
footpath	đường mòn
forest	rừng
grassy plains	cánh đồng cỏ
gap; narrow pass	khe hở; đường hẹp
harbour	bến cảng
hill	đồi
hot spring	suối nước nóng
island	hải đảo
jungle	rừng

lake	hồ
mountain	núi
mountain path	đường đi trên núi
national park	công viên quốc gia
ocean	đại dương
pass	đèo
peak	đỉnh
pond	ao
rice field	ruộng lúa
river	sông
sea	biển
valley	thung lũng
village	làng
waterfall	thác nước

FAUNA — Động Vật

bear	gấu
buffalo	trâu
camel	lạc đà
cat	mèo
cow	bò cái
crocodile	cá sấu
deer	nai
dog	chó
domestic animal	gia súc
donkey	lừa
elephant	voi
fish	cá
goat	dê
horse	ngựa
leech	đỉa
lion	sư tử
monkey	khỉ
ox	bò đực
pig	heo
sheep	cừu
snake	rắn
tiger	cọp
turtle	rùa
wild animal	thú hoang

Birds — Loài Chim

bird	chim
chicken	gà
goose	ngỗng
rooster	gà trống
sparrow	chim sẻ
swallow	chim én

ANIMALS IN EXPRESSIONS

hỗn như gấu	as rude as a bear
khoẻ như trâu	as ardent as a buffalo
chua như cứt mèo	smelling as disgusting as cat's excrement
nước mắt cá sấu	as deceitful as a crocodile's tears
ngây thơ như nai tơ	as innocent as a yearling
thân lừa ưa nặng	as stubborn as a donkey
(Chân cô ấy) to như chân voi	(her legs are) as enormous as an elephant's
dai như đỉa	as persistent as a leech
(Vợ ông ấy) dữ như sư tử Hà Đông.	(his wife is) as fierce as a Hà Đông lion
nhăn như khỉ ăn gừng	as contorted as the face of a monkey that is eating ginger
dơ như heo	as dirty as a pig
ngoan như trừu	as well behaved as a sheep
dữ như cọp	as fierce as a tiger
chậm như rùa	as slow as a tortoise
nhát như thỏ	as timid as a rabbit
nhanh như cắt	as fast as a swift
hôi như cú	as smelly as an owl
mỏng như cánh chuồn chuồn	as thin as dragonfly's wings
chữ xấu như gà bới	(handwriting) as bad as a hen's digging
chữ đẹp như rồng bay phượng múa	(handwriting) as beautiful as a dragon's flying or a phoenix's dancing
tóc rối như tổ quạ	(hair) as messy as a crow's nest
chí choé như chó với mèo	to fight like cat and dog

IN THE COUNTRY

INSECTS

Côn Trùng

ant	kiến
butterfly	bươm bướm
cockroach	gián
fly	ruồi
lice	chí/rận
mosquito	muỗi
spider	nhện

FLORA & AGRICULTURE

Thực Vật & Nông Nghiệp

agriculture	nông nghiệp
coconut palm	dừa thốt nốt
corn	bắp
crops	vụ mùa
flower	hoa
harvest (verb)	gặt hái/thu hoạch
irrigation	hệ thống dẫn thủy
leaf	lá cây
planting/sowing	trồng trọt/sự gieo hạt
rice field	ruộng lúa
sugar cane	đường mía
terraced land	khu đất cao
tobacco	thuốc lá
tree	cây cối

Plants Thảo: Cây Thân Mềm

cactus	cây xương rồng
carnation	cẩm chướng
chrysanthemum	hoa cúc
coffee bushes	cây cà-phê
firewood	củi
flower	hoa
lily	hoa huệ
orchid	phong lan
palm tree	cây cọ
sugar cane	cây mía

IN THE COUNTRY

ROSE OR DAISY

Every Vietnamese name should have a good meaning because parents tend to choose a name which represents the future they wish for their child. For example, boys have names like Hùng (heroes) or Thành/Công/Danh (successful, achieved, famous men) while girls are expected to grow up as graceful as pretty flowers: Lan (Orchid), Hồng (Rose), Cúc (Daisy), Mai (Plum Blosssoms), Đào (Peach Blossoms), Sen (Lotus), Huệ (Lily), Nhài (Jasmine) ...

Useful Phrases Những Câu Hữu Dụng

Can I get there on foot?	Tôi có thể đi bộ đến đấy được không?
Do I need a guide?	Tôi có cần người hướng dẫn không?
What's that animal called?	Con vật ấy gọi là gì?
What's that plant called?	Cây ấy gọi là gì?
Is there a ... near hear?	Có ... gần đây không?
church	nhà thờ
hospital	bệnh viện
post-office	bưu điện

HEALTH   Sức Khoẻ

Hospitals in Vietnam today are poorly equipped, so after consultation patients have to buy drugs themselves. These drugs are purchased from pharmacies or on the black market. In large hospitals, a number of Vietnamese doctors can speak English. You sometimes may have trouble communicating with them when speaking, but if you write what concerns you have, they might understand, as most of them studied English at school.

When you buy a ticket to travel to Vietnam, most travel agencies normally provide you with the necessary information, including advice on health issues. Remember that you should not drink unpurified water or drinks with ice, and avoid raw salad, since your stomach will not be used to Vietnamese conditions.

If you don't carry any medicines with you, you should either ask the staff in your hotel to buy them for you, or you buy them yourself from a pharmacy. Do not, under any cirumstances, buy medicine at the market or on the street.

AT THE DOCTOR   Tại Phòng Mạch Bác Sĩ

Where is the ...?	... ở đâu?
doctor	bác sĩ
hospital	nhà thương
chemist/pharmacist	dược sĩ
dentist	nha sĩ

I'm sick.	Tôi bị bệnh.
My friend is sick.	*Bạn* của tôi bị bệnh.
I need a doctor who speaks English.	Tôi cần gặp bác sĩ biết nói tiếng Anh.
It hurts there.	Chỗ bị đau ở đây.
I feel nauseous.	Tôi buồn nôn.
I've been vomiting.	Tôi đã nôn mửa.
I feel better/worse.	Tôi cảm thấy đỡ/nặng hơn.

147

THE DOCTOR MAY SAY ...

Sao vậy?
What's the matter?

Bạn có cảm thấy đau không?
Do you feel any pain?

Chỗ bị đau ở đâu?
Where does it hurt?

Bạn đang có kinh à?
Are you menstruating?

Bạn có bị sốt không?
Do you have a temperature?

Bạn đã bị như vậy bao lâu rồi?
How long have you been like this?

Bạn có bị như vậy trước đây không?
Have you had this before?

Bạn có đang uống thuốc gì không?
Are you on medication?

Bạn có hút thuốc không?
Do you smoke?

Bạn có dùng rượu không?
Do you drink?

Bạn có dùng ma túy không?
Do you take drugs?

Bạn có bị dị ứng không?
Are you allergic to anything?

Bạn có đang mang thai không?
Are you pregnant?

AILMENTS

I'm ill.
I've been vomiting.
I feel under the weather.
I feel nauseous.
I can't sleep.

Đau Ốm

Tôi bị bệnh.
Tôi đã bị nôn mửa.
Tôi bị khó chịu vì khí hậu.
Tôi cảm thấy nôn nao.
Tôi không ngủ được.

I feel ... Tôi cảm thấy ...
dizzy chóng mặt
shivery run rẩy
weak yếu ớt

I have (a/an) ... Tôi bị ...
allergy dị ứng
anaemia bệnh thiếu máu
burn phỏng
cancer ung thư
cold cảm lạnh
constipation táo bón
cystitis viêm bọng đái
cough ho
diarrhoea tiêu chảy
fever cảm sốt
gastroenteritis viêm dạ dày
headache nhức đầu
heart condition đau tim
indigestion khó tiêu
infection nhiễm trùng
lice rận chấy/chí
migraine chứng đau nửa đầu
  kinh niên
pain đau nhức
sore throat đau cổ
sprain bong gân
stomachache đau bụng
sunburn cháy nắng
thrush chứng lở miệng của trẻ con
toothache đau răng
travel sickness sự say sóng
urinary infection nhiễm trùng đường tiểu
venereal disease bệnh hoa liễu
worms sán lãi

HEALTH

USEFUL PHRASES　Những Câu Hữu Dụng

I feel better/worse.	Tôi cảm thấy đỡ/nặng hơn.
This is my usual medicine.	Đây là thuốc thường dùng của tôi.
I have been vaccinated.	Tôi đã được chủng ngừa.
I don't want a blood transfusion.	Tôi không muốn được truyền máu.
Can I have a receipt for my insurance?	Tôi có thể lấy biên nhận để nộp cho hãng bảo hiểm của tôi không ạ?

WOMEN'S HEALTH　　Sức khỏe Phụ nữ

Could I see a female doctor?	Tôi xin gặp nữ bác sĩ được không ạ?
I'm pregnant.	Tôi đang có thai.
I think I'm pregnant.	Tôi nghĩ là tôi có thai.
I'm on the pill.	Tôi đang uống thuốc ngừa.
I haven't had my period for ... weeks.	Tôi đã không có kinh đã ... tuần rồi.
I'd like to get the morning-after pill.	Tôi cần loại thuốc ngừa thai sau khi giao hợp.
I'd like to use contraception.	Tôi muốn ngừa thai.

abortion	sự phá thai
cystic fibrosis	chứng xơ nang
cystitis	viêm bọng đái
diaphragm	cơ hoành; cách mô
IUD	vòng xoắn ngừa thai
mamogram	khám vú
menstruation	kinh nguyệt
miscarriage	sảy thai
pap smear	thử nghiệm ung thư tử cung
period pain	đau kinh nguyệt
the Pill	thuốc ngừa thai

HEALTH

premenstrual tension	trạng thái căng thẳng trước khi có kinh
thrush	chứng lở miệng của trẻ con
ultrasound	siêu âm

BODYTALK

Body parts are often used to express wisdom.

Ăn cắp quen tay, ngủ ngày quen mắt.
Once a thief, always a thief.
(Lit: stealing is the habit of lazy hands, sleeping during the day is the habit of lazy eyes)

Vỏ quýt dày, móng tay nhọn.
Diamonds cut diamonds.
(Lit: for thick madarine peel, pointed finger nails)

Đường đi ở miệng.
Have mouth will travel.
(Lit: the way is in your mouth)

Xa mặt, cách lòng.
Out of sight, out of mind.
(Lit: far away face, distant heart)

No bụng, đói con mắt.
His eyes are bigger than his belly.
(Lit: full belly, hungry eyes)

Nước đến chân mới nhảy.
Make hay before it rains.
(Lit: not jump until flood arises to your feet)

Râu ông nọ cắm cằm bà kia.
To get the wrong sow by the ear.
(Lit: take this man's beard to put on that woman's chin)

Tay làm, hàm nhai.
There's no such thing as a free lunch.
(Lit: hands work, jaws chew)

HEALTH

SPECIAL HEALTH NEEDS

Những Chăm Sóc Đặc Biệt Về Sức Khoẻ

I'm ...	Tôi bị ...
diabetic	bệnh đái đường
asthmatic	suyễn
anaemic	thiếu máu

I'm allergic to ... — Tôi bị dị ứng với ... thuốc kháng sinh/trụ sinh.

antibiotics	kháng thể
aspirin	thuốc cảm; át pi rin
bees	ong
codeine	thuốc chống đau, cô đê in
dairy products	phó phẩm của sữa
penicillin	thuốc trụ sinh pê ni xi lin
pollen	phấn hoa

I have a skin allergy.	Tôi bị dị ứng da.
I've had my vaccinations.	Tôi đã chích ngừa.
I have my own syringe.	Tôi có ống chích riêng.
I'm on medication for ...	Tôi đang dùng thuốc chữa ...
I need a new pair of glasses.	Tôi cần cặp kính mới.

addiction	thói nghiện
bite	cắn
blood test	thử máu
contraceptive	phương pháp ngừa thai
injection	tiêm thuốc
injury	thương tích
vitamins	sinh tố
wound	vết thương

ALTERNATIVE TREATMENTS

Những Cách Trị Liệu Khác

Nowadays more and more people use herbal medicine and realise its 'slow but sound effectiveness'. It is believed that herbal medicine can cure almost any illness. On the main streets of any cities or towns, you'll find the herbalists' surgeries. By taking your pulse and observing your tongue and skin, the herbalists can diagnose your problems quite accurately.

For rheumatism, for example, you might need 10 packs of dried herbs, 10 dollars per pack if the ingredients are imported from China, one dollar per pack if they are local.

Cooking each pack for three hours in a clay pot on very low heat used to be a problem, but now you can pay some extra money to have the medicine cooked for you.

Acupuncture and other traditional treatments are not recommended to avoid health risks, including AIDS.

acupuncture	khoa châm cứu
aromatherapy	chữa bệnh bằng mùi thơm thảo mộc
faith healer	chữa bệnh bằng niềm tin
herbalist	thày thuốc nam
homeopathy	phép chữa vi lượng đồng căn
massage	xoa bóp
meditation	thiền định
naturopath	phương pháp tự nhiên
reflexology	đấm bóp, bấm huyệt
yoga	cách tập yoga

PARTS OF THE BODY   Các Phần Thân Thể

ankle	mắt cá chân
appendix	ruột thừa
arm	cánh tay
back	lưng
bladder	bong đái
blood	máu

HEALTH

bone	xương
chest	ngực
ears	tai
eye	mắt
finger	ngón tay
foot	bàn chân
hand	bàn tay
head	đầu
heart	tim
kidney	thận
knee	đầu gối
legs	chân
liver	gan
lungs	phổi
mouth	miệng
muscle	bắp thịt
ribs	xương sườn
shoulder	vai
skin	da
stomach	dạ dày
teeth	răng
throat	cổ họng
vein	mạch máu

DID YOU KNOW ...

Most facial features start with m in Vietnamese:

mặt	face
mắt	eye
mí/lông mi	eyelash
mí mắt	eyelid
mày/lông mày	eyebrows
mùi	nose
miệng/mồm	mouth
môi	lip
mép	lip edge
má	cheek

AT THE CHEMIST/ PHARMACIST

Tại Nhà Thuốc Tây

Pharmacists in Vietnam normally strictly sell medicines. Many Vietnamese people don't go to the doctor, they just go to a pharmacy, tell the pharmacist or a sales assistant about their type of sickness, and he or she advises them on which medicine to buy. This is an illegal but very common practice in Vietnam. In rural or remote areas, Western remedies are difficult to find and people tend to use more traditional medicines and herbs than people living in cities.

I need something for ...	Tôi cần thuốc chữa bệnh ...
Do I need a prescription for ...?	Tôi có cần toa bác sĩ để mua ... không?
How many times a day?	Uống bao nhiêu lần mỗi ngày?

antibiotics	thuốc trụ sinh
antiseptic	thuốc khử trùng
aspirin	thuốc cảm, at pi rin
bandage	băng quấn
Band-aids	băng dán
condoms	bao dương vật
contraceptives	cách ngừa thai
cotton balls	bông gòn
cough medicine	thuốc ho
gauze	băng gạc
laxatives	thuốc xổ
painkillers	thuốc giảm đau
rubbing alcohol	thuốc rượu để xoa bóp
sleeping pills	thuốc ngủ

HEALTH

AT THE DENTIST

	Tại Phòng Nha Sĩ
I have a toothache.	Tôi bị đau răng.
I have a hole.	Răng của tôi bị có lỗ.
I've lost a filling.	Miếng trám răng tôi bị rơi mất.
I've broken my tooth.	Tôi bị gãy răng.
My gums hurt.	Lợi/nướu của tôi bị đau.
I don't want it extracted.	Tôi không muốn nhổ nó.
Ouch!	Đau!
Please give me an anaesthetic.	Làm ơn tiêm cho tôi mũi thuốc tê.

CROSSWORD – HEALTH

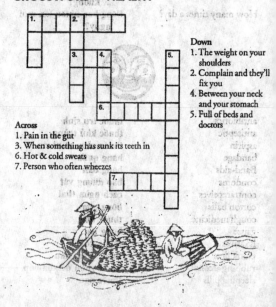

Down
1. The weight on your shoulders
2. Complain and they'll fix you
4. Between your neck and your stomach
5. Full of beds and doctors

Across
1. Pain in the gut
3. When something has sunk its teeth in
6. Hot & cold sweats
7. Person who often wheezes

SPECIFIC NEEDS

Những Nhu Cầu Đặc Biệt

DISABLED TRAVELLERS

Khách Du Lịch Bị Khuyết Tật

There aren't any special facilities to cater for disabled travellers in Vietnam yet. Things you might take for granted in a developed country, such as elevators, escalators, flushing toilets, standard footpaths, well-obeyed traffic rules, etc hardly exist in Vietnam. However, you can pay a small monthly fee to hire a full time servant to look after yourself, your children or a disabled family member.

I'm disabled/handicapped.	Tôi là người tàn tật.
I need assistance.	Tôi cần được giúp đỡ.
What services do you have for disabled people?	*Bạn* có các dịch vụ đặc biệt dành cho người tàn tật không?
Is there wheelchair access?	Ở đây có xe lăn không?
I'm deaf. Speak more loudly, please.	Tôi bị lãng. Vui lòng nói to lên.
I can lipread.	Tôi có thể đọc được môi *Bạn.*
I have a hearing aid.	Tôi có máy trợ tai.
Does anyone here know sign language?	Ở đây có ai biết ra hiệu cho người câm không?
Are guide dogs permitted?	Chó hướng dẫn có được cho vào không?

braille library	thư viện chữ nổi
disabled person	người tàn tật
guide dog	chó hướng dẫn
wheelchair	xe lăn

GAY TRAVELLERS
Khách Du Lịch Đồng Tính Luyến Ái

Homosexuality is still largely considered taboo in Vietnam, even in large cities where people are quite familiar with Western cultures. Although it's not officially illegal to have a relationship, the government is keen to 'wipe out' any gay venues.

However, with such a large number of same-gender relatives/friends travelling together, no hotels would want to know how their customers are related.

The main thing is, whether you're gay or not, passionate displays of affection in public are very uncommon in Vietnam.

Where are the gay hangouts?	Những người đồng tình luyến ái thường lui tới chỗ nào?
Is there a (predominantly) gay street/district?	Ở đây có đường/vùng nào đông người đồng tình luyến ái không?
Are we/Am I likely to be harassed (here)?	Chúng tôi/Tôi có bị quấy rầy (ở đây) không?

Is there a gay bookshop around here?	Gần đây có tiệm sách cho những người đồng tình luyến ái không?
Is there a local gay guide?	Ở đây có sách hướng dẫn cho những người đồng tình luyến ái ở địa phương này không?
Where can I buy some gay/lesbian magazines?	Tôi có thể mua tạp chí đồng tình luyến ái ở đâu?
Is there a gay telephone hotline?	Ở đây có đường dây điện thoại cho những người đồng tình luyến ái không?

TRAVELLING WITH THE FAMILY

Đi Du Lịch Cùng Gia Đình

Are there facilities for babies? — Có các phương tiện cho trẻ em không?

Do you have a child minding service? — *Bạn* có dịch vụ giữ trẻ không?

Where can I find a/an (English-speaking) babysitter? — Tôi có thể tìm một người giữ trẻ biết nói tiếng Anh ở đâu?

Can you put an (extra) bed/cot in the room? — *Bạn* có thể cho thêm giường trong phòng không?

I need a car with a child seat. — Tôi cần xe có chỗ ngồi cho trẻ em.

Is it suitable for children? — Nó có thích hợp cho trẻ em không?

Are there any activities for children? — Có các sinh hoạt cho trẻ em không?

Is there a family discount? — Có giảm giá cho gia đình không?

Are children allowed? — Trẻ em có được cho vào không?

Do you have a children's menu? — *Bạn* có thực đơn cho trẻ em không?

Looking For A Job Tìm Việc Làm

Teaching English is probably the only real option for foreigners.

Where can I find local job advertisements? — Tôi có thể tìm tờ quảng cáo việc làm trong vùng ở đâu?

Do I need a work permit? — Tôi có cần giấy phép đi làm không?

I've had experience. — Tôi có kinh nghiệm.

I've come about the position advertised. — Tôi đến hỏi thêm về công việc đang được quảng cáo.

I'm ringing about the position advertised. — Tôi gọi về công việc đang được quảng cáo.

SPECIFIC NEEDS

What's the wage?	Tiền lương là bao nhiêu?
Do I have to pay tax?	Tôi có cần trả thuế không?

I can start ...	Tôi có thể bắt đầu ...
today	hôm nay
tomorrow	ngày mai
next week	tuần tới

Useful Words Những Từ Hữu Dụng

casual	công việc thất thường
employee	công nhân
employer	chủ
full-time	toàn thời
job	việc làm
occupation/trade	nghề nghiệp
part-time	bán thời
resume/cv	bản tóm tắt lý lịch
traineeship	sự huấn luyện
work experience	kinh nghiệm làm việc

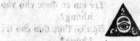

ON BUSINESS Đang Lo Công Việc

We're attending a ...	Chúng tôi đang dự một ...
conference	hội nghị
meeting	buổi họp
trade fair	buổi giao dịch

I'm on a course.	Tôi đang dự một khoá học.
I have an appointment with ...	Tôi có hẹn với ...
Here's my business card.	Đây là danh thiếp của tôi.
I need an interpreter.	Tôi cần người thông dịch.
I need to use a computer.	Tôi cần một cái máy vi tính.
I need to send a fax/an email.	Tôi cần đánh điện tín/gửi điện thư.

SPECIFIC NEEDS

cellular/mobile phone	điện thoại cầm tay/di động
client	khách hàng
colleague	*Bạn* đồng nghiệp
distributor	đại lý
email	điện thư
exhibition	cuộc triển lãm
manager	người quản lý
profit	lợi nhuận
proposal	sự đề nghị

ON TOUR — Đang Đi Chơi Trong Một Đoàn

We're part of a group.	Chúng tôi là thành phần của nhóm.
We're on tour.	Chúng tôi đi du ngoạn
I'm with the ...	Tôi ở với ...
group	nhóm
band	băng
team	đội, toán
crew	đoàn thủy thủ
Please speak with our manager.	Vui lòng nói chuyện với người quản lý của chúng tôi.
We've lost our equipment.	Chúng tôi đánh mất đồ trang bị.
We sent equipment on this ...	Chúng tôi gửi đồ trang bị trên ... này.
flight	chuyến bay
train	chuyến xe lửa
bus	chuyến xe buýt
We're taking a break of ... days.	Chúng tôi nghỉ phép ... ngày.
We're playing on ...	Chúng tôi đang chơi ...

FILM & TV CREWS

Đoàn Quay Phim & Truyền Hình

We're on location.
Chúng tôi ở tại địa điểm.

We're filming!
Chúng tôi đang thu hình!

May we film here?
Chúng tôi có thể thu hình ở đây không?

We're making a ...
Chúng tôi đang làm ...
- film — phim
- documentary — phim tài liệu
- TV series — chương trình ti vi nhiều kỳ

THEY MAY SAY ...

Bắt đầu!	Action!
Quay!	Rolling!
Cắt!	Cut!
Chúng ta đang thu hình!	We're filming!
Thâu lần thứ nhất!	Take One!
Thâu lần thứ nhì!	Take Two!

PILGRIMAGE & RELIGION

Cuộc Hành Hương & Tôn Giáo

What is your religion?
Bạn theo tôn giáo nào?

I'm ...
Tôi theo ...
- Buddhist — Phật giáo
- Catholic — Thiên chúa
- Christian — Tin lành
- Hindu — Ấn độ giáo
- Jewish — Do thái giáo
- Muslim — Hồi giáo

I'm not religious.	Tôi không sùng đạo.
I'm (Catholic), but not practising.	Tôi theo (đạo Thiên chúa), nhưng không đi lễ nhà thờ.
I think I believe in God.	Tôi nghĩ tôi tin ở Thượng đế.
I believe in destiny/fate.	Tôi tin vào vận mệnh/số phận.
I'm interested in astrology/ philosophy.	Tôi chú trọng môn chiêm tinh/triết học.
I'm an atheist.	Tôi theo thuyết vô thần.
I'm agnostic.	Tôi theo thuyết bất khả tri.
Can I attend this service/mass?	Tôi có thể tham dự buổi lễ này không?
Can I pray here?	Tôi có thể cầu nguyện tại đây không?
Where can I pray/worship?	Tôi có thể cầu nguyện ở đâu?
Where can I make confession (in English)?	Tôi có thể xưng tội ở đâu (bằng tiếng Anh)?
Can I receive communion here?	Tôi có thể nhận lễ ban thánh thể ở đây không?

SPECIFIC NEEDS

baptism/christening	lễ rửa tội
church	nhà thờ
communion	lễ ban thánh thể
confession	lễ xưng tội
funeral	lễ tang
god	thượng đế
monk	sư
prayer	lời cầu nguyện
priest	cha
relic	di tích
religious procession	đám rước trong nhà thờ
sabbath	ngày chủ nhật
saint	vị thánh
shrine	làng; điện thờ
temple	chùa

DID YOU KNOW ...

The majority of Vietnamese people would say they didn't belong to any religion. In fact, they are deeply influenced by Confucianism, which takes the family as the model for all social relationships. Respect and obligation to elders doesn't cease with death. Every home has an altar for their ancestors.

Many Vietnamese people call themselves Buddhists but besides some older people few practice. Christianity and Roman Catholicism, Cao Đài and Hoà Hảo are also important religions in Vietnam.

TRACING ROOTS & HISTORY

Tìm Cỗi Rễ & Lịch Sử

(I think) my ancestors came from this area.

(Tôi nghĩ) tổ tiên của tôi đến từ vùng này.

I'm looking for my relatives.

Tôi đang tìm bà con của tôi.

I have/had a relative who lives around here.

Tôi có người bà con sống gần đây.

Is there anyone here by the name of ...?

Ở đây có ai tên ... không?

I'd like to go to the cemetery/ burial ground.

Tôi muốn đi đến nghĩa trang.

RETURNING VIETNAM VETERANS

Cựu Chiến Binh Trở Lại Thăm Việt Nam

Since the embargo was removed and a Vietnam veteran became the first American ambassador in Hanoi, the Vietnamese government has stopped considering the USA as their number one enemy. Vietnam veterans and their relatives are safe to go back for a visit.

I am a Vietnam veteran.

Tôi là một cựu chiến binh Việt nam.

I served here in ...(To express years see Times, Dates & Festivals page 167)

Tôi phục vụ ở đây năm ...

My father died here.

Cha tôi mất ở đây.

My mother was a nurse/ doctor in the army.

Mẹ tôi trước đây là y tá/bác sĩ quân y.

What service arm did you belong to?

Ông thuộc binh chủng nào?

I served in the ...
    army
    infantry
    air force
    artillery
    navy
    rangers

Tôi ở trong ...
    lục quân
    bộ binh
    không quân
    pháo binh
    thủy quân
    biệt động quân

SPECIFIC NEEDS

What troop/unit did you belong to?	Ông thuộc đơn vị nào?
I belonged to ...	Tôi thuộc ...
squad	tiểu đội
colonel	đại tá
general	đại tướng
army corps	quân đoàn
battalion	tiểu đoàn
brigade	lữ đoàn
brigadier	thiếu tướng
captain	đại úy
company	đại đội
corporal	hạ sĩ
division	sư đoàn
lietenant-colonel	trung tá
lieutenant	trung úy
major	thiếu tá
major-general	trung tướng
officer	sĩ quan
platoon	trung đội
regiment	trung đoàn
second lieutenant	thiếu úy
sergeant	trung sĩ
soldier	lính

TIME, DATES & FESTIVALS

Thời Gian, Ngày Tháng & Lễ Hội

TELLING THE TIME

Nói Giờ Giấc

What time is it?	Mấy giờ rồi?
(It's) one o'clock.	(Bây giờ là) một giờ.
(It's) ten o'clock.	(Bây giờ là) mười giờ.
(It's) half past one.	(Bây giờ là) một giờ rưỡi.
(It's) half past three.	(Bây giờ là) ba giờ rưỡi.

DAYS OF THE WEEK

Các Ngày Trong Tuần

Monday	Thứ Hai
Tuesday	Thứ Ba
Wednesday	Thứ Tư
Thursday	Thứ Năm
Friday	Thứ Sáu
Saturday	Thứ Bảy
Sunday	Chủ Nhật

CAPS FOR THE DAYS OF THE WEEK

If the names of the days of the week are not written in capital letters, they might be mistaken for the ordinal numbers:

Thứ Ba	(Tuesday)	thứ ba	(third)
Thứ Tư	(Wednsday)	thứ tư	(fourth)
Thứ Năm	(Thursday)	thứ năm	(fifth)
Thứ Sáu	(Friday)	thứ sáu	(sixth)
Thứ Bảy	(Saturday)	thứ bảy	(seventh)

It's worth mentioning that 'Monday' is called Thứ Hai while 'second' becomes thứ nhì

MONTHS   Các Tháng

January	Tháng Giêng
February	Tháng Hai
March	Tháng Ba
April	Tháng Tư
May	Tháng Năm
June	Tháng Sáu
July	Tháng Bảy
August	Tháng Tám
September	Tháng Chín
October	Tháng Mười
November	Tháng Một/Mười Một
December	Tháng Chạp/Mười Hai

THEY MAY SAY ...

In the North you may hear people say:

Tháng Một (lit: month one) instead of Tháng Mười Một (lit: month eleven) for November.

Likewise Tháng Chạp instead of Tháng Mười Hai for December.

DATES   Ngày Tháng

What's the date today?	Hôm nay là ngày mấy?
It's 18 October.	Hôm nay là ngày mười tám
	Tháng Mười.

YEARS   Năm

The word năm (year) is always placed before the year, vào before the month, and vào ngày before the day.

1999 năm một ngàn chín trăm chín mươi chín
2000 năm hai ngàn

TIME, DATES & FESTIVALS

March 2001	vào Tháng Ba, năm hai ngàn lẻ một
22 June 2005	vào ngày hai mươi hai Tháng Sáu, năm hai ngàn lẻ năm.
Thursday 5 May 2007	vào ngày Thứ Năm, mùng năm, (vào) Tháng Năm, năm hai ngàn lẻ bảy (lit: vào ngày Thursday day fifth May year two thousand and one)

Note that in the last example the second vào is usually omitted to avoid repetition.

SEASONS — Các Mùa

summer	mùa hè
autumn	mùa thu
winter	mùa đông
spring	mùa xuân
dry season	mùa khô/nắng
rainy season	mùa mưa

PRESENT — Hiện tại

today	hôm nay
this morning	sáng nay
tonight	tối nay
this week	tuần này
this year	năm nay
now	bây giờ

PAST — Quá khứ

yesterday	hôm qua
day before yesterday	hôm kia
yesterday morning	sáng hôm qua
last night	đêm hôm qua
last week	tuần qua
last year	năm ngoái

FUTURE

Tương lai

TIME, DATES
& FESTIVALS

tomorrow	**ngày mai**
day after tomorrow	**ngày mốt**
tomorrow morning	**sáng mai**
tomorrow afternoon	**chiều mai**
tomorrow evening	**tối mai**
next week	**tuần tới**
next year	**năm tới**

THEY MAY SAY ...
nửa giờ nữa
in half an hour
sáu hôm nữa
in six days
trong vòng một tuần nữa
within a week
đến Tháng Giêng mới xong
won't be finished until January

DURING THE DAY

Trong Ngày

afternoon	**buổi chiều**
dawn	**rạng đông**
day	**ngày**
early	**sớm**
midnight	**nửa đêm**
morning	**sáng**
night	**đêm**
noon	**trưa**
sunrise	**bình minh**
sunset	**hoàng hôn**

PERSONAL QUESTIONS

In Vietnam, asking a person you first meet personal questions about age, employment, salary, marital status, children, home town, etc is legitimate and common. One of the immediate benefits of this practice is to help the two parties choose the correct pronouns while engaging in conversation. (see page 45)

FESTIVALS
Religious & National Festivals
Lễ Hội Tôn Giáo và Quốc Gia

New Year   **Năm Mới**
Lunar New Year   **Tết Nguyên Đán**
Easter   **Phục Sinh**
Buddha's Birthday Anniversary   **Lễ Phật Đản**

Lễ Hội

Mother's Day	Ngày của Mẹ (lễ Vu-lan)
Mid-Autumn Festival (children's festival)	Tết Trung Thu (Tết Nhi Đồng)
National Day	Ngày Quốc Khánh
Christmas	Giáng Sinh

Important Holidays Một Số Ngày Lễ Quan Trọng

Tết Nguyên Đán

Lunar New Year in Vietnam is the most important festival of the year. Tết is the time for family reunions, good foods and new clothes. The Tết usually lasts for several days.

Tết Thanh Minh

Known as 'Clear and Bright', or the Spring Festival, it normally falls between late March and early April each year. This is the time when people go to sweep and tidy up the tombs of their ancestors.

Lễ Phật Đản

Buddha's Birthday – an important festival for Vietnamese Buddhists. It is normally held on the 15th day of the 4th month of the lunar calendar.

Lễ Vu Lan

A Buddhist holiday, held annually on the 15th of the 7th month of the lunar calendar. The main objective of this festival is for the people to express their gratitude and appreciation to their mother.

Tết Trung Thu

The Mid-Autumn Festival, held on the 15th of the 8th month, is a festival for children. There are usually lantern making contests for children on this day.

DON'T BE INSOLENT!

It is considered insolent to use the neutral term tôi (I/me) when talking to older family members.

THE VIETNAMESE CALENDAR

Lịch Việt Nam

Year **Nhâm Tuất**, the Year of the Dog, corresponding to the year 2879 BC of the Gregorian calendar, was the year of the dynasty of **Hồng Bàng**, in which the country of Vietnam was founded.

The Vietnamese calendar is based on 10-year cycles called **can**, and 12-year cycles called **chi**. Each cycle consists of 60 years. If you were born in the Year **Canh Dần**, or 1950, 60 years later, in 2010, the year **Canh Dần** will come again.

THEY MAY SAY ...

Mừng Chúa Giáng Sinh
Merry Christmas

Chúc Mừng Năm Mới
Happy New Year

Mừng Lễ Phục Sinh
Happy Easter

Mừng Ngày Phật Đản
Happy Buddha's Birthday

Mừng Sinh Nhật
Happy Birthday

The 10 years of **can** are:

1	Giáp	water in nature
2	Ất	water in the home
3	Bính	lighted fire
4	Đinh	latent fire
5	Mậu	wood
6	Kỷ	wood prepared to burn
7	Canh	metal
8	Tân	wrought metal
9	Nhâm	virgin island
10	Quý	cultivated land

The 12 years of **chi** are:

1	Tý	rat
2	Sửu	buffalo
3	Dần	tiger
4	Mẹo/Mão	cat
5	Thìn	dragon

6 Tỵ	snake
7 Ngọ	horse
8 Mùi	goat
9 Thân	monkey
10 Dậu	rooster
11 Tuất	dog
12 Hợi	pig

Vietnamese Twelve-Year Cycle
Mười Hai Con Giáp Trong Lịch Việt nam

2879 BC **Nhâm Tuất** – Hồng Bàng dynasty was established
2697 BC **Giáp Tý** – First year of Chinese King Hoàng Đế
1945 AD **Ất Dậu** – End of the French colony in Vietnam

Nhâm Thân	– the Year of the Monkey
Qúy Dậu	– the Year of the Rooster
Giáp Tuất	– the Year of the Dog
Ất Hợi	– the Year of the Pig
Bính Tý	– the Year of the Rat
Đinh Sửu	– the Year of the Buffalo
Mậu Dần	– the Year of the Tiger
Kỷ Mẹo/Mão	– the Year of the Cat
Canh Thìn	– the Year of the Dragon
Tân Tỵ	– the Year of the Snake
Nhâm Ngọ	– the Year of the Horse
Quý Mùi	– the Year of the Goat

NUMBERS & AMOUNTS
Số & Tổng Số Lượng

NUMBERS
Số

When you use a countable noun with a number, you should place a proper classifier between the number and the noun. For example:

three dogs	**ba con chó** (con is a classifier for animals)
four chairs	**bốn cái ghế** (cái is a classifier for unanimate objects).

To understand more, consult the Grammar chapter in this book page 42.

CARDINAL NUMBERS
Số Đếm

1	**một**
2	**hai**
3	**ba**
4	**bốn**
5	**năm**
6	**sáu**
7	**bảy**
8	**tám**
9	**chín**
10	**mười**
11	**mười một**
12	**mười hai**
13	**mười ba**
14	**mười bốn**
15	**mười lăm**
16	**mười sáu**
17	**mười bảy**
18	**mười tám**
19	**mười chín**

20	hai mươi
21	hai mươi một
22	hai mươi hai
30	ba mươi
40	bốn mươi
50	năm mươi
60	sáu mươi
70	bảy mươi
80	tám mươi
90	chín mươi
100	một trăm
1000	một ngàn
one million	một triệu

ORDINAL NUMBERS   Số Thứ Tự

Ordinals after four are expressed thứ + number.

1st	thứ nhất
2nd	thứ nhì
3rd	thứ ba
4th	thứ tư

FRACTIONS   Phân Số

1/4	một phần tư
1/3	một phần ba
1/2	một nửa
3/4	ba phần tư
all	tất cả
none	không có cái nào cả

DECIMALS   Số Thập Phân

In Vietnamese decimals take a comma instead of a decimal point.
The word for comma is phết in the south and phảy in the north.

3,6 ba phết/phảy sáu

For money:

| Cents | Xu | $0,10 | mười xu |
| Dollars | Đô | $1,50 | một đô rưỡi |

$2,50	hai đô rưỡi
$0,10	mười xu
$15,05	mười lăm đô lẻ năm xu

Note that in written Vietnamese, thousands, millions, billions and trillions are seperated with dots:

1.320.758
15.505

MEASUREMENTS   Đo Lường
Length:

dm	Tấc	30dm	ba tấc
mm	Li	8mm	tám li
cm	Phân	5cm	năm phân
m	mét	2,5m	hai mét rưỡi

Weight:

| gram | Gam | 300g | ba trăm gam |
| kilogram | Ký | 4,5kg | bốn ký rưỡi |

QUESTION WORDS

who	ai
which	nào
what	gì/cái gì
where	đâu/ở đâu
why	sao/tại sao/vì sao
how	bằng cách gì/làm sao/thế nào
when	lúc nào/bao giờ

NUMBERS & AMOUNTS

NUMBERS & AMOUNTS

USEFUL WORDS — Các Từ Hữu Dụng

double	gấp đôi
a dozen	một lố/tá
few	vài/ít
less	ít hơn
a little (amount)	một chút
many	nhiều
more	nhiều hơn
once	một lần, một khi
a pair	một cặp/đôi
percent	phần trăm
some	một vài
too much	nhiều quá
twice	hai lần
Enough!	Đủ rồi!

Cấp cứu

GENERAL

Help!
Stop!
Go away!
Thief!
Fire!
Watch out!

It's an emergency.
Could you help us please?

Could I please use the telephone?
I'm lost.
Where are the toilets?

Tổng quát

Cứu tôi!
Dừng lại!
Đi chỗ khác!
Ăn cắp!
Cháy!
Coi chừng!

Đây là trường hợp cấp cứu.
Bạn có thể làm ơn giúp chúng tôi không?
Tôi dùng điện thoại được không ạ?
Tôi bị lạc đường.
Phòng vệ sinh ở đâu?

POLICE

Call the police!
Where is the police station?
We want to report an offence.

I've been raped/assaulted.
I've been robbed.

My ... was/were stolen.

  backpack
  bags
  handbag
  money
  papers
  travellers cheques
  passport
  wallet

Cảnh sát

Gọi cảnh sát!
Trạm/bót cảnh sát ở đâu?
Chúng tôi muốn báo cáo một vụ phạm pháp.
Tôi đã bị hãm hiếp/hành hung.
Tôi bị cướp.

... của tôi đã bị ăn cắp.

  cặp đeo
  túi, bao
  xách tay
  tiền
  giấy tờ
  chi phiếu du lịch
  sổ thông hành
  bóp; ví tiền

My possessions are insured.	Tài sản của tôi được bảo hiểm.
I'm sorry/I apologise.	Tôi xin lỗi.
I didn't realise I was doing anything wrong.	Tôi không ngờ là tôi đã làm sai.
I didn't do it.	Tôi không làm điều đó.
We are innocent.	Chúng tôi vô tội.
We are foreigners.	Chúng tôi là người nước ngoài.
I wish to contact my embassy/consulate.	Tôi muốn liên lạc với toà đại sứ/lãnh sự quán của tôi.
Can I call someone?	Tôi có thể điện thoại cho một người không?
Can I have a lawyer who speaks English?	Tôi có thể có một luật sư biết nói tiếng Anh không?
Is there a fine we can pay to clear this?	Chúng tôi có thể nộp phạt để xóa lỗi này không?
Can we pay an on-the-spot fine?	Chúng tôi có thể nộp phạt tại chỗ không?
I understand.	Tôi hiểu rồi.
I don't understand.	Tôi không hiểu.
I know my rights.	Tôi biết quyền lợi của tôi.

WHAT DO YOU MEAN BY GOOD?

Depending on what you're talking about, the translation for the word 'good' varies:

a good boy	một cậu bé ngoan
a good wife	một người vợ hiền
a good husband	một người chồng tốt
a good book	một cuốn sách hay
good food	thức ăn ngon
good reason	lý do chính đáng
good opportunity	cơ hội thuận tiện

arrested	bị bắt
cell	phòng giam
embassy/consulate	toà đại sứ/lãnh sự
fine (payment)	tiền phạt
guilty	có tội
lawyer	luật sư
not guilty	vô tội
police officer	nhân viên cảnh sát
police station	đồn/trạm/bót cảnh sát
prison	nhà tù
trial	phiên tòa

What am I accused of?	Tôi bị buộc tội gì?
You will be charged with ...	Bà/Ông sẽ bị kết tội ...
She/He will be charged with ...	Bà/Ông ấy sẽ bị kết tội ...
anti-government activity	phản động
assault	hành hung
disturbing the peace	phá rối
possession (of illegal substances)	oa trữ (đồ gian)
illegal entry	nhập cảnh bất hợp pháp
murder	ám sát
no visa	không có hộ chiếu
overstaying your visa	hộ chiếu quá hạn
rape	cưỡng dâm
robbery/theft	ăn cắp/ăn trộm
shoplifting	ăn cắp ở các cửa hàng
traffic violation	vi phạm luật giao thông
working with no permit	đi làm trái phép

HEALTH

Sức Khoẻ

Call a doctor!	Gọi bác sĩ!
Call an ambulance!	Gọi xe cứu thương!
I am ill.	Tôi bị ốm.
My friend is ill.	*Bạn* của tôi bị ốm.
I have medical insurance.	Tôi có bảo hiểm sức khoẻ.

EMERGENCIES

You will be charged with ...	
disturbing the peace	
possession (of illegal	
substance)	
illegal entry	
murder	
no visa	
overstaying your visa	

A

able (to be);	có thể;
can	được phép

Can (may) I take your photo?
Tôi có thể chụp ảnh bạn được không?

Can you show me on the map?
Anh có thể chỉ dẫn cho tôi trên bản đồ không?

aboard	trên tàu; xe
abortion	sự phá thai
above	ở trên
abroad	hải ngoại/nước ngoài
to accept	nhận
accident	tai nạn
accommodation	chỗ ở
across	từ bên này sang bên kia
activist	nhà hoạt động
adaptor	ổ cắm điện
addiction	thói nghiện
address	địa chỉ
to admire	khâm phục
admission	sự được thu nhận; sự thú nhận
to admit	thú nhận; nhận ai; vật gì vào
adult	người lớn
advantage	sự thuận lợi

advice	lời khuyên
aeroplane	máy bay
to be afraid of	sợ hãi
after	sau; tiếp sau
(in the) afternoon	buổi chiều
this afternoon	chiều nay
again	lại; nữa
against	đối lập với; chống lại
age	tuổi
aggressive	hung hăng/hay gây sự
(a while) ago	cách đây
(half an hour) ago	cách đây (nửa giờ)
(three days) ago	cách đây (ba ngày)
to agree	đồng ý

I don't agree.
Tôi không đồng ý.

Agreed!
Đồng ý!

agriculture	nông nghiệp: việc chăn nuôi súc vật
ahead	về phía trước
aid (help)	giúp đỡ
AIDS	bệnh liệt kháng
air	không khí
air-conditioned	được điều hòa nhiệt độ

air mail	bưu phẩm gửi bằng máy bay	answer	câu trả lời
airport	phi cảng	answering	trả lời
airport tax	thuế hải quan	ant	con kiến
alarm clock	đồng hồ báo thức	antibiotics	kháng sinh
		antinuclear	chống hạt nhân
all	tất cả; hoàn toàn	antiques	đồ cổ
an allergy	dị ứng		
to allow	cho phép	any	mọi; bất cứ; ... nào
allowed	được phép		
not allowed	không được phép	appointment	cái hẹn; sự bổ nhiệm
almost	hầu như; gần như	archaeological	liên quan đến khảo cổ học
alone	một mình	architect	kiến trúc sư
already	đã ... rồi	architecture	khoa kiến trúc
also	cũng	to argue	tranh cãi; biện luận
altitude	độ cao; vùng cao		
		arm	cánh tay
always	lúc nào cũng; luôn luôn	to arrive	tới; đến
amateur	người chơi tài tử; nghiệp dư	arrivals	sự tới nơi; người đến
ambassador	đại sứ	art	nghệ thuật; mỹ thuật
among	giữa	art gallery	phòng triển lãm
anarchist	người tin vào thuyết vô chính phủ	artist	họa sĩ
		artwork	ảnh và minh họa trên sách; báo
ancient	xưa; cổ	ashtray	cái gạt tàn thuốc
and	và	to ask (for something)	nhờ; xin một việc gì
angry	tức giận		
animals	động vật	to ask (a question)	hỏi một câu gì
annual	hàng năm		

aspirin	thuốc nhức đầu
asthmatic	thuốc bệnh hen (suyễn)
atmosphere	khí quyển
aunt	cô/dì/thím/mợ
automatic teller (ATM)	máy thu phát tiền tự động
autumn	mùa thu
avenue	đại lộ
awful	khủng khiếp; xấu xí

B

baby	trẻ em
baby food	đồ ăn trẻ con
baby powder	phấn trẻ em
babysitter	người giữ trẻ
back (body)	lưng
at the back (behind)	ở đằng sau
backpack	ba lô
bad	xấu/kém/dở
bag	túi sách; bao
baggage	hành lý
baggage claim	thu hành lý
bakery	tiệm bánh mì
balcony	bao lớn
ball	quả bóng/banh
ballet	(nhóm vũ) múa ba lê
band (music)	ban nhạc
bandage	băng (quấn quanh vết thương)

bank	nhà băng
banknotes	tờ bạc giấy
baptism	lễ rửa tội
a bar; cafe	quầy rượu; cà phê
basket	cái rổ; giỏ; thúng
bath	tắm; bồn tắm
bathing suit	bộ quần áo tắm
bathroom	phòng tắm
battery	bộ ắc quy; pin
to be	là
beach	bãi biển
beautiful	đẹp
because	bởi vì
bed	cái giường
bedroom	phòng ngủ
before	trước đây
beggar	người ăn xin
begin	bắt đầu
behind	sau; đằng sau
below	phía dưới
beside	bên cạnh; gần
best	tốt nhất
a bet	đánh cá; đánh cuộc
better	tốt hơn
between	ở giữa
the Bible	kinh Thánh
bicycle	xe đạp
big	to/lớn
bike	xe đạp
bill (account)	hóa đơn
binoculars	ống nhòm

biodegradable — có thể bị thối rữa

biography — tiểu sử

bird — chim

birth certificate — giấy khai sinh

birthday — ngày sinh nhật

birthday cake — bánh sinh nhật

bite (dog) — cắn/gặm

bite (insect) — cắn/đốt/chích

black — màu đen

B&W (film) — phim đen trắng

blanket — cái chăn; mền

to bleed — chảy máu

to bless — cầu xin; xin ban phúc

Bless you! (when sneezing)
Xin ban phúc! (khi hắt hơi)

blind — mù

blood — máu

blood group — nhóm máu

blood pressure — huyết áp

blood test — xét nghiệm mẫu máu

blue — xanh da trời

to board — lên tàu; xe máy
(ship; etc) — bay; ở trọ

boarding pass — giấy lên tàu; xe máy bay

boat — thuyền

body — thân thể

Bon appetit!
Chúc bữa ăn ngon miệng!

Bon voyage!
Chúc chuyến đi bình an!

bone — xương

book — quyển sách

to book (make a booking) — giữ trước; mua trước

bookshop — tiệm sách

boots — giày ống

border — biên giới; đường viền

bored — chán

boring — buồn tẻ; nhạt nhẽo

to borrow — vay/mượn

both — cả hai

bottle — chai; lọ

bottle opener — cái mở chai

(at the) bottom — đáy; mặt dưới

box — cái hộp

boxing — quyền Anh; quyền thuật

boy — con trai

boyfriend — bạn trai

branch — chi nhánh; cành cây

brave — dũng cảm; gan dạ

bread — bánh mì

to break — gãy/đứt/vỡ

broken — bị gãy

breakfast — buổi ăn sáng

to breathe — hít; thở; hô hấp

a bribe	vật đút lót; tiền hối lộ
to bribe	hối lộ
bridge	cái cầu
brilliant	thông minh; tài giỏi
to bring	mang theo
broken	gãy; vỡ; ngắt quãng; chập chờn
brother	anh em trai
brown	màu nâu
a bruise	vết bầm; vết thâm tím
bucket	thùng; xô
Buddhist	Phật tử
bug	con rệp
to build	xây dựng; thiết lập
building	tòa nhà; dinh thự
bus (city)	xe buýt (trong thành phố)
bus (intercity)	xe buýt (liên thành phố)
bus station	bến xe buýt
bus stop	trạm xe buýt
business	buôn bán; thương mại
business person	thương gia
busker	người giúp vui nơi công cộng
busy	bận rộn; nhộn nhịp

but	chỉ; nhưng mà
butterfly	con bướm
buttons	cái khuy; cái nút bấm
to buy	mua

I'd like to buy ...
Tôi thích mua...

Where can I buy a ticket?
Tôi có thể mua vé xe ở đâu?

C

calendar	quyển lịch
camera	máy chụp hình; quay phim
camera operator	người điều khiển máy quay phim
camera shop	tiệm bán máy chụp hình
to camp	cắm trại; đi cắm trại

Can we camp here?
Chúng tôi có thể cắm trại ở đây không?

campsite	khu vực dùng để cắm trại
can (to be able)	có thể

We can do it.
Chúng tôi có thể làm điều đó.

I can't do it.
Tôi không thể làm điều đó.

can (aluminium)	lon (nhôm)
can opener	cái mở đồ hộp
to cancel	hủy bỏ; đình hoãn
candle	đèn cầy
car	xe hơi/ô tô
car owner's title	giấy đăng bộ
car registration	đăng bộ xe
to care (about)	quan tâm (về ...)
to care (for someone)	quan tâm (về người nào đó)
cards	thẻ; danh thiếp
Careful!	Cẩn thận!
caring	quan tâm
to carry	mang/chở/đưa
carton	hộp bằng bìa cứng để đựng hàng
cartoons	phim hoạt hình
cash register	máy tính tiền
cashier	thu ngân viên
cassette	băng ghi âm
castle	lâu đài; thành trì
cat	con mèo
cathedral	nhà thờ lớn
Catholic	Thiên Chúa Giáo La Mã
caves	hang động
CD	băng đĩa
to celebrate	làm lễ kỷ niệm/ ăn mừng

centimetre	xăng ti mét; phân
ceramic	đồ gốm
certificate	chứng chỉ; văn bằng
chair	ghế; chủ tọa
champagne	rượu sâm banh
championships	vô địch; quán quân
chance	sự ngẫu nhiên; cơ may
to change	thay đổi
change (coins)	tiền lẻ (tiền cắc)
changing rooms	phòng thay quần áo
charming	hấp dẫn; làm say mê; có duyên
to chat up	nói chuyện làm cho người ta tin
cheap	rẻ tiền; giá thấp
cheap hotel	khách sạn rẻ tiền
a cheat	người lừa dối; trò gian lận
Cheat!	Lừa dối; gian lận...!
to check	kiểm tra; soát xét
check-in (desk)	quầy ghi danh
Checkmate!	Chiếu tướng!

C

checkpoint	trạm kiểm soát
cheese	pho mát
chemist	hóa học gia
chess	cờ tướng
chess board	bàn cờ
chest	ngực; rương
chewing gum	kẹo cao su
chicken	gà
child	đứa bé; đứa trẻ
childminding	giữ trẻ
children	những đứa bé; đứa trẻ
chocolate	sô cô la
to choose	chọn lựa
Christian	Người đạo Cơ đốc
christian name	tên thánh
Christmas Day	Ngày Chúa Giáng Sinh
Christmas Eve	Đêm Giáng Sinh
church	nhà thờ
cigarette papers	giấy vấn thuốc
cigarettes	thuốc lá
cinema	điện ảnh; rạp chiếu bóng
circus	đoàn xiếc
citizenship	quyền công dân
city	thành phố
city centre	trung tâm thành phố
city walls	vách tường thành
class	lớp học; giai cấp

class system	tầng lớp xã hội
classical art	môn nghệ thuật cổ điển
classical theatre	cải lương
clean	sạch sẽ
clean hotel	khách sạn sạch sẽ
cleaning	lau dọn
client	khách hàng
cliff	vách đá; mặt đá dốc
to climb	leo/trèo
cloak	áo choàng ngoài
cloakroom	phòng giữ mũ áo
clock	đồng hồ
to close	đóng
closed	đóng; gần
clothing	quần áo/y phục
clothing store	tiệm quần áo/y phục
cloud	mây
cloudy	mây mù
clown	hề
coast	bờ biển
coat	áo choàng
cocaine	chất cô kê in chống đau
coins	tiền cắc
a cold	cảm lạnh
cold (adj)	lạnh/nguội
It's cold.	trời lạnh

D I C T I O N A R Y

C

D
I
C
T
I
O
N
A
R
Y

to have a cold	cảm lạnh
cold water	nước lạnh
colleague	bạn đồng nghiệp
college	trường cao đẳng
colour	màu sắc
comb	cái lược
to come	tới; đi đến
to come; arrive	đi tới; đến
comedy	hài kịch; phim hài hước
comfortable	thoải mái; dễ chịu
comics	truyện tranh hài hước
communion	lễ ban thánh thể
communist	cộng sản
companion	bạn đường
company	công ty; đại đội
compass	la bàn
computer games	trò chơi điện toán
a concert	buổi hòa nhạc
confession (religious)	sự xưng tội
to confirm (a booking)	khẳng định; xác nhận
Congratulations!	
Chúc mừng!	
conservative	bảo thủ
to be constipated	bị táo bón

constipation	tình trạng bị táo bón
construction work	công việc xây dựng
consulate	tòa lãnh sự
contact lenses	kính sát tròng
contraception	sự ngừa thai
contraceptives	thuốc ngừa thai
contract	bị nhiễm(bệnh); hợp đồng
convent	nữ tu viện; ni viện
to cook	nấu ăn
cool (col)	hết sảy
corner	góc
corrupt	đồi bại; thối nát
to cost	tốn kém

How much does it cost to go to ...?
Tốn bao nhiêu để đi ...?

It costs a lot.
Giá cao quá.

cotton	bông; vải bông
country	quốc gia; miền quê
countryside	vùng quê
a cough	tiếng ho; chứng ho
to count	đếm
coupon	phiếu thưởng hiện vật
court (legal)	tòa án (pháp luật)

court (tennis)	sân (quần vợt)
cow	bò cái
crafts	nghề thủ công
crafty	xảo quyệt; gian manh
crag; wall of rock	dốc đá, lởm chởm ...
crazy	điên khùng
credit card	thẻ tín dụng
creep (slang)	sự ghê rởn
cricket	môn đánh banh bằng gậy
cross (religious)	cây thánh giá
cross (angry)	tức giận
cross-country trail	đường mòn chạy băng qua đồng
a cuddle	sự ôm ấp; vuốt ve
cup	cái chén; tách
cupboard	tủ nhà bếp
curator	người quản lý; người phụ trách
current affairs	những sự kiện quan trọng trên thế giới
customs	tục lệ; quan thuế
to cut	cắt/chặt
to cycle	đạp xe
cycling	môn đi xe đạp
cyclist	người đi xe đạp
cystitis	viêm bọng đái

D

dad	ba/cha
daily	hằng ngày
dairy products	phó phẩm làm từ sữa
to dance	khiêu vũ; nhảy
dancing	sự nhảy múa; khiêu vũ
dangerous	nguy hiểm
dark	tối; u ám
date (appointment)	cái hẹn
date (time)	ngày tháng
to date (someone)	hẹn đi chơi (với ai)
date of birth	ngày sinh nhật
daughter	con gái
dawn	bình minh; rạng đông
day	ngày
day after tomorrow	ngày mốt
day before yesterday	ngày hôm kia
in (six) days	trong (sáu) ngày
dead	chết; tắt ngấm
deaf	điếc
to deal	phẫn phát; đối phó; ngã giá
death	cái chết
to decide	quyết định
deck (of cards)	bộ bài
deck (of ship)	sàn tàu

D

deep	sâu	diabetic	có bệnh tiểu đường
deer	hươu/nai		
deforestation	sự phá rừng; phát quang	dial tone	tiếng phát ra trong máy điện thoại
degree	văn bằng; học vị		
delay	sự chậm trễ; trì hoãn	diarrhoea	bệnh tiêu chảy
		diary	sổ nhật ký
delicatessen	thịt nguội; bơ; phó mát	dice; die	xí ngầu súc sắc
		dictionary	tự điển
delirious	mê sảng; điên cuồng	to die	chết/mất
		different	khác biệt
democracy	chế độ dân chủ	difficult	khó khăn; gay go
demonstration	sự biểu hiện		
dental floss	sợi chỉ mềm làm sạch kẽ răng	dining car	toa xe lửa phục vụ bữa ăn
dentist	nha sĩ	dinner	buổi ăn tối
to deny	từ chối; phủ nhận	direct	trực tiếp; lập tức
		director	giám đốc; người chỉ huy
deodorant	chất khử mùi		
to depart (leave)	khởi hành (rời khỏi)	dirty	dơ bẩn
		disabled	bất lực; tàn tật
department stores	cửa hàng bách hóa	disadvantage	sự bất lợi; mối tổn thất
departure	sự khởi hành	discount	giảm giá; trừ hao
descendent	người nối dõi		
desert	sa mạc; nơi vắng vẻ	to discover	khám phá; phát hiện ra
design	phác họa; thiết kế	discrimination	sự kỳ thị
		disease	bệnh tật; tệ nạn
destination	nơi đến	dismissal	sự sa thải; sự giải tán
to destroy	phá hủy; tàn phá		
detail	chi tiết; điều vụn vặt	distributor	người phân phối
		diving	môn lặn

DICTIONARY

E

diving equipment	dụng cụ để lặn
dizzy	chóng mặt; choáng váng
to do	làm; thực hiện

What are you doing?
Bạn đang làm gì đó?

I didn't do it.
Tôi không làm việc đó.

doctor	bác sĩ
a documentary	phim tài liệu
dog	con chó
dole	trợ cấp thất nghiệp
dolls	búp bê
door	cửa ra vào
dope (drugs)	chất ma túy; thuốc tê mê
double	đôi; gấp đôi
a double bed	giường đôi
a double room	phòng đôi
a dozen	một lố/tá
drama	kịch/tuồng
dramatic	như đóng kịch; gây xúc động
to dream	mơ; nằm mơ thấy
dress	áo đầm
a drink	thức uống
to drink	uống
to drive	lái xe
driver's licence	bằng lái xe

drug	thuốc mê; ma túy
drug addiction	sự nghiện ma túy
drug dealer	người bán ma túy
drugs	thuốc mê; ma túy
drums	cái trống; cái thùng
to be drunk	bị say rượu
to dry (clothes)	sấy
dummy/pacifier	núm vú giả

E

each	mỗi/một
ear	cái tai
early	sớm; đầu mùa

It's early.
Còn sớm.

to earn	kiếm được
earrings	bông tai
ears	tai
Earth	quả đất
earth (soil)	đất trồng trọt
earthquake	động đất
east	hướng đông
Easter	Lễ Phục Sinh
easy	dễ dàng; thoải mái
to eat	ăn

E

DICTIONARY

economy	nền kinh tế	English	Tiếng Anh
editor	chủ bút; người biên tập	to enjoy (oneself)	thích thú
education	sự giáo dục; rèn luyện	enough	đủ; no
elections	cuộc tuyển cử	**Enough!** **Đủ rồi!**	
electorate	khu bầu cử; toàn bộ cử tri	to enter	đi vào; gia nhập
electricity	điện lực	entertaining	giải trí; vui thú
elevator	thang máy	envelope	bì thư
embarassed	lúng túng; bối rối	environment	môi trường; hoàn cảnh
embarassment	sự lúng túng; sự ngượng ngùng	epileptic	động kinh
embassy	đại sứ; tòa đại sứ	equal opportunity	cơ hội bình đẳng
emergency	cấp cứu	equality	sự bình đẳng; tính ngang bằng
employee	công nhân		
employer	người chủ	equipment	dụng cụ; thiết bị
empty	trống rỗng	European	người châu Âu
end	giới hạn; đoạn cuối	euthanasia	sự chết không đau đớn/tử quyền
to end	kết thúc; chấm dứt	evening	buổi chiều; buổi tối
endangered species	loài thú vật sắp tuyệt chủng	every day	hằng ngày
engagement	sự hứa hẹn; sự cam kết	example	thí dụ; gương mẫu
engine	máy móc; dụng cụ	**For example ...** **Ví dụ...**	
engineer	kỹ sư	excellent	xuất sắc
engineering	kỹ thuật xây dựng	exchange	sự trao đổi
		to exchange	đổi/chuyển

exchange rate	tỷ lệ hối đoái
excluded	ngăn chận; loại trừ
Excuse me.	Xin lỗi.
to exhibit	trưng bày; triển lãm
exhibition	cuộc triển lãm
exit	lối ra
expensive	đắt tiền
exploitation	sự khai thác; sự bóc lột
express	tốc hành
express mail	thư tốc hành
eye	con mắt

F

face	mặt; bề mặt
factory	xưởng/hãng/xí nghiệp
factory worker	công nhân xí nghiệp
fall (autumn)	mùa thu
family	gia đình
famous	nổi tiếng; trứ danh
fan (hand-held)	cái quạt (cầm tay)
fan (machine)	quạt máy
fans (of a team)	người ái mộ
far	xa
farm	nông trại
farmer	nông dân; chủ trại
fast	mau/nhanh
fat	mập; đầy chất béo
father	người cha; bố
father-in-law	cha vợ/chồng
fault (someone's)	lỗi lầm
faulty	có thiếu sót; không chính xác
fear	sự sợ hãi; sự lo ngại
to feel	cảm thấy
feelings	cảm giác/tình
fence	hàng rào
fencing	vật liệu làm hàng rào
festival	đại hội
fever	cơn sốt; bệnh sốt
few	ít
fiancée/fiancé	hôn thê; hôn phu
fiction	điều tưởng tượng
field	cánh đồng
fight	cuộc chiến đấu
to fight	đánh nhau
figures	tranh minh họa; hình dáng
to fill	làm đầy; lấp kín

F

a film (negatives)	cuộn phim
film (cinema)	phim chiếu bóng
film (for camera)	phim chụp hình
film speed	tốc độ phim
films (movies)	phim
filtered	lọc; lộ ra
to find	tìm ra; nhận thấy
a fine	tiền phạt
finger	ngón tay
fir	cây linh sam
fire	lửa
firewood	củi đốt lò
first	đầu tiên
first-aid kit	hộp cứu thương
fish (alive)	cá (sống)
fish (as food)	cá
fish shop	gian hàng cá
flag	lá cờ
flat (land; etc)	bằng phẳng
flea	bọ chét
flashlight	đèn chớp; nháy
flight	chuyến bay
floor	sàn nhà
floor (storey)	tầng
flour	bột
flower	bông hoa
flower seller	người bán hoa
fly	con ruồi

It's foggy.

Trời có sương mù.

to follow   đi theo

food	thức ăn
foot	bàn chân
football (soccer)	bóng đá
footpath	đường mòn
foreign	nước ngoài
forest	rừng
forever	mãi mãi; vĩnh viễn
to forget	quên

I forget.

Tôi quên.

Forget about it!; Don't worry!

Quên đi nhé!; Đừng lo!

to forgive	tha thứ
fortnight	hai tuần
fortune teller	thầy bói
foyer	tiền sảnh
free (not bound)	tự do
free (of charge)	miễn phí
to freeze	đóng băng; lạnh cứng
Friday	Thứ Sáu
friend	bạn
frozen foods	đồ ăn đông lạnh
fruit picking	hái trái cây
full	đầy
fun	vui đùa
for fun	cho vui
to have fun	để giải trí
to make fun of	chọc ghẹo
funeral	tang lễ
future	tương lai

DICTIONARY

ENG – VIETNAMESE

game (games)	trò chơi
game (sport)	trò chơi (thể thao)
game show	cuộc trình diễn trò chơi
garage	nhà để xe
garbage	rác
gardening	làm vườn
gardens	vườn
gas cartridge	bình chứa ga
gate	cổng
gay	vui tươi; hớn hở; đồng tính luyến ái
general	chung; phổ biến

Get lost!
Cút đi!

gift	quà
gig	buổi trình diễn
girl	con gái
girlfriend	bạn gái
to give	cho

Could you give me ...?
Có thể cho tôi xin...?

glass	cái ly; cốc
to go	đi

Let's go.
Chúng ta hãy đi!

We'd like to go to ...
Chúng tôi muốn đi đến...

Go straight ahead.
Đi thẳng phía trước.

to go out with	đi chơi với
goal	khung thành
goalkeeper	thủ thành
goat	con dê
God	Thượng đế
of gold	bằng vàng

Good afternoon.
Chào (buổi chiều)

Good evening/night.
Chào (ban tối/đêm)

Good health!; Cheers!
Chúc sức khỏe!; Chúc mừng!

Good luck!
Chúc may mắn!

Good morning.
Chào (buổi sáng)

Goodbye.
Xin tạm biệt.

government	chính phủ
gram	gam (đơn vị trọng lượng)
grandchild	cháu trai
grandfather	ông nội/ngoại
grandmother	bà nội/ngoại
grapes	quả nho
graphic art	nghệ thuật đồ họa
grass	cỏ

grave	mộ
great	to lớn
Great!	
Xuất sắc!	
green	màu xanh lá cây
greengrocer	người bán
	rau quả
grey	màu xám; u ám
to guess	ước chừng
guide(person)	người hướng
	dẫn
guide (audio)	băng thu lời
	hướng dẫn
guidebook	sách hướng dẫn
guidedog	chó hướng dẫn
guided trek	cuộc hành trình
	có người
	hướng dẫn
guinea pig	chuột lang
guitar	đàn ghi ta
gym	phòng tập thể
	dục ở trường
	học
gymnastics	thể dục

H

hair	tóc
hairbrush	bàn chải tóc
half	một nửa
half a litre	nửa lít
to hallucinate	có ảo giác

ham	giăm bông; thịt
	nguội
hammer	cây búa
hammock	cái võng
hand	bàn tay
handbag	túi xách
handicrafts	nghề thủ công
handmade	làm bằng tay
handsome	đẹp trai
happy	vui vẻ
Happy birthday!	
Chúc mừng sinh nhật!	
harbour	hải cảng
hard	cứng
harness	bộ yên cương
harrassment	sự quấy rầy
hash	thịt thái nhỏ đã
	nấu
to have	có/bị
Do you have ...?	
Bạn có bị ...?	
I have ...	
Tôi bị ... ?	
hayfever	bệnh sốt cỏ khô
he	anh ta; ông ta
head	cái đầu
headache	nhức đầu
health	sức khỏe
to hear	nghe
hearing aid	máy trợ tai
heart	trái tim

heat	hơi nóng
heater	máy sưởi
heavy	nặng
Hello.	
A, lô.	
Hello! (answering telephone)	
A lô !	
helmet	mũ an toàn
Help!	
Cứu giúp tôi!	
to help	cứu; giúp
herbs	cỏ; dược thảo
herbalist	nhà nghiên cứu dược thảo
here	đây; chỗ này
heroin	bạch phiến
heroin addict	người nghiện bạch phiến
high	cao
high school	trường trung học
to hike	đi bộ
hiking	môn thể thao đi bộ đường trường
hiking boots	giày đi bộ đường trường
hiking routes	lộ trình đi bộ đường trường
hill	đồi
Hindu	Ấn Độ Giáo
to hire	cho thuê

to hitchhike	đi nhờ xe người khác
HIV positive	bị nhiễm HIV
holiday	ngày lễ
holidays	những ngày lễ
Holy Week	Tuần trước lễ Phục Sinh
homeless	vô gia cư
homeopathy	phép chữa vi lượng đồng căn
homosexual	đồng tình luyến ái
honey	mật ong
honeymoon	tuần trăng mật
horrible	khủng khiếp
horse	con ngựa
horse riding	cưỡi ngựa
hospital	nhà thương/bệnh viện
hot	nóng
It's hot.	
Trời nóng.	
to be hot	bị cay/nóng
hot water	nước nóng
house	căn nhà
housework	công việc trong nhà
how	thế nào
How do I get to ...?	
Bằng cách nào tôi đến ....?	

How do you say ...?
Anh nói chữ này ... thế nào?

hug	ôm chặt
human rights	nhân quyền
a hundred	một trăm
to be hungry	đói
husband	người chồng

I

I	Tôi
ice	nước đá
ice axe	dao chặt đá
icecream	kem
identification card	giấy chứng minh
identification	giấy/sự nhận dạng
idiot	kẻ khờ dại
if	nếu
ill	đau
immigration	sự nhập cư
important	quan trọng

It's important.
Điều đó quan trọng.

It's not important.
Điều đó không quan trọng.

in a hurry	vội vàng
in front of	ở trước
included	bao gồm
income tax	thuế thu nhập
incomprehensible	không thể hiểu được

indicator	vật chỉ thị
indigestion	chứng khó tiêu
industry	công nghiệp
inequality	sự bất bình đẳng
to inject	tiêm/chích
injection	việc tiêm thuốc
injury	thương tích
inside	bên trong
instructor	nhân viên giảng huấn
insurance	sự bảo hiểm
intense	mạnh; đầy nhiệt huyết
interesting	thú vị
intermission	giờ giải lao
international	quốc tế
interview	cuộc phỏng vấn
island	hòn đảo
itch	sự ngứa ngáy
itinerary	hành trình

J

jail	nhà tù
jar	hũ/bình
jealous	ganh tị
jeans	quần jean
jeep	xe díp
jewellery	đồ trang sức
Jewish	người Do Thái
job	việc làm
job advertisement	quảng cáo việc làm
job centre	trung tâm tìm việc

job description	mô tả việc làm
jockey	người cưỡi ngựa đua
joke	trò đùa
to joke	nói đùa
journalist	nhà báo
journey	cuộc hành trình
judge	quan tòa
juice	nước ép
to jump	nhảy
jumper (sweater)	áo len dài tay
justice	công lý

K

key	chìa khóa
keyboard	bàn chữ của máy đánh chữ
kick	đá
kick off	quả ra bóng ban đầu
to kill	giết
kilogram	kí lô
kilometre	cây số
kind	tử tế
kindergarten	vườn trẻ
king	vua
kiss	nụ hôn
to kiss	hôn
kitchen	nhà bếp
kitten	mèo con
knapsack	ba lô
knee	đầu gối

knife	con dao
to know (someone)	quen (ai)
to know (something)	biết (điều gì)

I don't know.
Tôi không biết.

L

lace	ren; đăng ten
lake	cái hồ
land	đất liền
languages	ngôn ngữ
large	rộng; lớn
last	cuối cùng
last month	tháng trước
last night	tối qua
last week	tuần trước
last year	năm trước
late	trễ
laugh	cười
launderette	tiệm giặt bằng máy
law	luật
lawyer	luật sư
laxatives	thuốc nhuận trường
lazy	lười
leaded (petrol/gas)	có chất chì
leader	người lãnh đạo
to learn	học
leather	đồ da

L

leathergoods	hàng hóa bằng đa
ledge	gờ; rìa
to be left (behind/over)	bị bỏ rơi
left (not right)	phía trái
left luggage	hành lý bị bỏ lại
left-wing	cánh hữu
leg	chân
leg (in race)	giai đoạn; thành phần (trong cuộc đua)
legalisation	sự công nhận
legislation	pháp luật; pháp chế
lens	thấu kính thuỷ tinh thể
Lent	mùa chay
lesbian	phụ nữ đồng tính luyến ái
less	ít hơn; nhỏ hơn
letter	thư
liar	kẻ nói dối
library	thư viện
lice	con chí/chấy
to lie	nói láo
life	cuộc sống
lift (elevator)	thang máy
a light	ánh sáng
light (adj)	nhạt/sáng/nhẹ
light (sun/lamp)	ánh sáng
light (clear)	rõ ràng
light bulb	bóng đèn điện

light meter	thiết bị đo độ sáng
lighter	cái bật lửa
to like	thích
line	đường kẻ
lips	môi
lipstick	son tô môi
to listen	nghe; lắng nghe
little (small)	nhỏ bé
a little (amount)	một chút
a little bit	một chút xíu
to live (life)	sống
to live (somewhere)	cư ngụ tại
Long live ...!	... muôn năm!
local	địa phương
local/city bus	xe buýt địa phương; xe buýt thành phố
location	vị trí
lock	ổ khoá
to lock	khóa
long	dài
long distance	đường dài
long-distance bus	xe buýt đường dài
to look	nhìn
to look after	trông nom
to look for	tìm kiếm
loose change	tiền lẻ
to lose	mất/thua
loser	người thua cuộc

DICTIONARY

M

loss	sự thiệt hại
a lot	nhiều; vô số
loud	to; ầm ĩ
to love	yêu
lover	người yêu
low	thấp
lowly	khiêm tốn
loyal	trung thành
luck	sự may mắn
lucky	may mắn
luggage	hành lý
luggage lockers	tủ chứa hành lý
lump	tảng/miếng
lunch	bữa ăn trưa
lunchtime	giờ ăn trưa
luxury	sự xa hoa

M

machine	máy móc
mad	điên; mất trí
made (of)	làm bằng
magazine	tạp chí
magician	ảo thuật gia
mail	thư từ; bưu phẩm
mailbox	hộp thư
main road	đường chính
main square	quảng trường chính
majority	phần lớn
to make	làm
make-up	trang điểm
man	đàn ông

manager	giám đốc; người quản lý
manual worker	người lao động chân tay
many	nhiều

Many happy returns!
Làm phúc hưởng phước!

map	bản đồ

Can you show me on the map?
Anh có thể chỉ cho tôi trên bản đồ không?

marijuana	cần sa
marital status	tình trạng hôn nhân
market	chợ; thị trường
marriage	sự kết hôn; hôn nhân
to marry	cưới; gả; kết hôn
marvellous	xuất sắc
mass (Catholic)	Lễ misa
massage	xoa bóp
mat	chiếu; thảm chùi chân
match	cuộc thi đấu; địch thủ
matches	diêm quẹt

(It doesn't) matter.
Không có vấn đề gì.

(What's the) matter?
Có chuyện gì vậy?

mattress	nệm

DICTIONARY

M

maybe	có thể
mayor	thị trưởng
mechanic	thợ máy
medal	huy chương
medicine	y học; thuốc
meditation	sự suy ngẫm; thiền định
to meet	gặp
member	hội viên
menstruation	kinh nguyệt
menthol (cigarettes)	(thuốc lá đầu lọc) có mùi bạc hà
menu	thực đơn
message	lời nhắn tin
metal	kim loại
meteor	sao băng
metre	mét (để đo)
midnight	nửa đêm
migraine	chứng đau nửa đầu
military service	nghĩa vụ quân sự
milk	sữa
millimetre	mi li mét; một li
million	triệu
mind	trí óc; khả năng trí tuệ
mineral water	nước suối thiên nhiên
a minute	một phút

Just a minute.
Đợi một phút.

in (five) minutes	trong (năm) phút
mirror	gương soi
miscarriage	sự sẩy thai
to miss (feel absence)	vắng mặt; nhớ nhung
mistake	sai lầm; sơ suất
to mix	trộn; pha; hòa lẫn
mobile phone	điện thoại di động/cầm tay
modem	hệ thống liên kết mạng lưới thông tin toàn cầu
moisturising cream	kem dưỡng da cho mượt
monastery	tu viện
money	tiền
monk	nhà sư; tăng đồ
month	tháng
this month	tháng này
monument	di tích lịch sử
moon	mặt trăng
more	nhiều hơn; thêm
morning (6am - 1pm)	buổi sáng
mosque	thánh đường hồi giáo
mother	mẹ/má
mother-in-law	mẹ vợ/chồng
motorboat	thuyền máy
motorcycle	xe mô tô
motorway (tollway)	xa lộ siêu tốc

mountain	núi
mountain bike	xe đạp leo núi
mountain hut	túp lều trên núi
mountain path	đường mòn trên núi
mountain range	dãy núi
mountaineering	môn thể thao leo núi
mouse	con chuột
mouth	cái miệng
movie	phim
mud	bùn/sình
Mum	Mẹ
muscle	bắp thịt; sức lực
museum	viện bảo tàng
music	âm nhạc
musician	nhạc sĩ
Muslim	hồi giáo
mute	lặng câm

N

name	tên
nappy	tã lót
nappy rash	sảy do tã lót
national park	công viên quốc gia
nationality	quốc tịch
nature	thiên nhiên; tạo hóa
naturopath	người chữa bịnh theo phương pháp dưỡng sinh

nausea	buồn nôn
near	gần
nearby hotel	khách sạn gần bên
necessary	cần thiết
necklace	chuỗi hạt đeo cổ
to need	cần
needle (sewing)	kim (may)
needle (syringe)	kim(chích/tiêm thuốc)
neither	không; cũng không
net	mạng lưới
never	không bao giờ
new	mới
news	tin tức
newsagency	thông tấn xã
newspaper	báo; tờ báo
newspapers	báo chí
New Year's Day	ngày đầu năm (tết)
New Year's Eve	đêm giao thừa
New Zealand	nước Tân Tây Lan
next	kế/tiếp
next month	tháng tới
next to	kế bên; bên cạnh
next week	tuần tới
next year	năm tới
nice	tử tế; xinh đẹp
nickname	biệt danh
night	đêm

N

no	không
noise	tiếng ồn ào
noisy	ồn ào
non-direct	không trực tiếp
none	không; không
	một chút nào
noon	buổi trưa
north	hướng bắc
nose	mũi
notebook	sổ tay
nothing	không có gì hết
not yet	chưa hoàn tất
novel (book)	tiểu thuyết
now	hiện tại; lúc này
nuclear energy	năng lượng hạt
	nhân
nuclear testing	thử bom hạt
	nhân
nun	nữ tu sĩ; ni cô
nurse	y tá

O

obvious	hiển nhiên
ocean	đại dương
offence	sự xúc phạm
office	văn phòng
office work	văn phòng làm
	việc
office worker	nhân viên văn
	phòng
offside	việt vị (bóng đá)
often	thường; thường
	xuyên

oil (cooking)	dầu (nấu ăn)
oil (crude)	dầu (thô)
OK	Được/Đồng ý
old	già; tuổi cao
old city	thành phố cổ
olive oil	dầu ôliu
olives	cây/quả ôliu
Olympic	Thế Vận Hội
Games	
on	trên; ở trên
on time	đúng giờ
once; one time	một lần
one-way (lickel)	vé một chiều/
	lượt
only	duy nhất; chỉ có
	một
open	mở
to open	mở
opening	khai mạc
opera	nhạc kịch ô
	pê ra
opera house	rạp ôpêra
operation	sự hoạt động
operator	người điều khiển
opinion	ý kiến;
	quan điểm
opposite	đối diện; đối mặt
or	hoặc; hay là
oral	bằng lời nói (thi
	vấn đáp)
orange (colour)	màu cam
orchestra	ban nhạc hoà
	tấu

P

order	thứ tự; mệnh lệnh
to order	đặt hàng; ra lệnh
ordinary	thông thường
organise	tổ chức
orgasm	tình trạng bị kích động đến cực độ
original	nguyên bản; nguồn gốc
other	khác; cách khác
outgoing	tính phóng khoáng
outside	bên ngoài
over	ở trên; nhiều hơn
overcoat	áo khoác
overdose	sự dùng (thuốc) quá liều
to owe	nợ; hàm ơn
owner	người làm chủ
oxygen	oxy; dưỡng khí
ozone layer	tầng ôzôn bao quanh trái đất

P

pacifier/ dummy	núm vú giả
package	đóng gói; kiện hàng
packet (cigarettes)	gói (thuốc lá)
padlock	cái khóa móc
page	trang sách/giấy
a pain	sự đau đớn; sự đau khổ
painful	gây đau đớn
pain in the neck	quấy rầy quá độ
painkillers	thuốc giảm đau
to paint	sơn
painter	thợ sơn
painting (the art)	hội họa
paintings	những bức tranh
pair (a couple)	một cặp/đôi
palace	cung điện
pan	xoong chảo
pap smear	thử nghiệm ung thư tử cung
paper	giấy
paraplegic	bị chứng tê liệt
parcel	bưu kiện; kiện hàng
parents	cha mẹ
a park	công viên
to park	đậu xe
parliament	nghị trường; quốc hội
part	bộ phận; một phần
party (fiesta!)	tiệc (lễ hội)
party (politics)	đảng (chính trị)
pass	đi qua; sự chấp nhận

P

passenger	hành khách
passive	bị động
passport	hộ chiếu
passport number	số hộ chiếu
past	quá khứ
path	đường mòn
patient (adj)	nhẫn nại; có tính kiên nhẫn
to pay	trả công; thanh toán
payment	sự chi trả
peace	thái bình; hòa thuận
peak	đỉnh cao
pedestrian	người đi bộ
pen (ballpoint)	bút (bút bi)
pencil	bút chì
penis	dương vật
penknife	dao nhíp
pensioner	người được hưởng lương hưu hay trợ cấp
people	dân chúng
pepper	hột tiêu
percent	phần trăm
performance	cuộc biểu diễn
performance art	cuộc biểu diễn nghệ thuật
period pain	đau bụng lúc hành kinh
permanent	lâu dài; vĩnh cửu

permanent collection	sự sưu tầm lâu dài
permission	giấy phép; sự cho phép
permit	giấp phép
person	nhân vật; con người
personality	nhân cách
to perspire	đổ mồ hôi
petition	đơn xin; kiến nghị
petrol	dầu/xăng
pharmacy	hiệu thuốc; dược khoa
phone book	số điện thoại
phone box	phòng điện thoại
phonecard	thẻ điện thoại
photo	tấm hình; ảnh

Can (May) I take a photo?

Tôi có thể chụp hình được không?

photographer	người chụp hình
photography	nghệ thuật chụp hình
to pick up	nhặt/lấy
pie	bánh nướng nhân ngọt hoặc mặn
piece	miếng; mảnh
pig	con heo
pill	viên thuốc
the Pill	thuốc ngừa thai

P

pillow	gối
pillowcase	áo gối
pinball	trò chơi bắn banh
pine	cây thông
pink	cây cẩm chướng; màu hồng
pipe	ống; ống điếu; ống tiêu
place	chỗ; nơi chốn; vị trí
place of birth	nơi sinh
plain	đồng bằng; bình dị
plane	máy bay
planet	hành tinh
plant	thực vật; cây
to plant	trồng; thiết lập
plastic	nhựa; chất dẻo
plate	cái dĩa
plateau	cao nguyên
platform	sân ga; sân bằng mặt
play (theatre)	vở kịch (nhà hát)
to play (a game)	chơi (trò chơi)
to play (music)	chơi nhạc
player (sports)	cầu thủ (thể thao)
playing cards	bộ bài
to play cards	đánh bài
plug (bath)	nút chặn nước

plug (electricity)	cái phích cắm điện (điện lực)
pocket	cái túi
poetry	thơ; thi ca
to point	chỉ; chỉ vào
poker	bài tây; bài pốc kơ
police	cảnh sát
politics	chính trị
political speech	diễn văn về chính trị
politicians	nhà chính trị
pollen	phấn hoa
polls	bầu cử; thăm dò dư luận
pollution	sự làm ô uế; sự làm hư hỏng
pool (swimming)	hồ; bể (bơi lội)
pool (game)	trò chơi bi da lỗ
poor	nghèo; hèn hạ
popular	nổi tiếng
port	hải cảng; nơi ẩn náu
portrait sketcher	người phác họa bức tranh
possible	có thể có; có thể thực hiện được

It's (not) possible.

Nó (không) thể xảy ra.

postcard	bưu thiếp; bưu ảnh
post code	mã số hộp thư
postage	bưu phí

**D
I
C
T
I
O
N
A
R
Y**

209

P

poster	bích chương quảng cáo
post office	bưu điện
pot (ceramic)	bình; lọ; ấm (nghề làm đồ gốm)
pot (dope)	cần sa (chất ma túy)
pottery	đồ gốm thủ công
poverty	sự nghèo khó
power	khả năng; tài năng; siêu lực
prayer	lời cầu nguyện
prayer book	sách kinh
to prefer	thích hơn
pregnant	có thai
prehistoric art	nghệ thuật thời tiền sử
pre-menstrual tension	sự đảo lộn tâm sinh lý trước kỳ kinh nguyệt
to prepare	chuẩn bị
present (gift)	tặng phẩm (quà tặng)
present (time)	hiện tại (thời gian)
presentation	sự trình bày
presenter (TV etc)	người giới thiệu một chương trình (ti vi ...)
president	tổng thống; chủ tịch
pressure	sự ép; áp lực

pretty	xinh; xinh xắn; xinh đẹp
prevent	ngăn ngừa; đối phó trước
price	(định) giá
pride	hãnh diện; tự hào
priest	thầy tu; linh mục
prime minister	thủ trưởng chính phủ
a print (artwork)	hình in (tác phẩm nghệ thuật)
prison	nhà tù; nhà giam
prisoner	tù binh
private	tư riêng; cá nhân
private hospital	nhà thương tư nhân
privatization	sự tư hữu hóa
to produce	sản xuất; chế tạo
producer	người sản xuất
profession	nghề nghiệp
profit	lợi ích
profitability	tính sinh lợi; tính có ích
program	chương trình
projector	máy chiếu; máy chiếu phim
promise	lời hứa; sự hứa hẹn
proposal	sự cầu hôn; sự đề nghị

to protect	bảo vệ
protected forest	rừng được bảo vệ
protected species	sinh vật được bảo vệ
protest	sự phản đối; giấy chứng
to protest	phản kháng; cam đoan
public toilet	nhà vệ sinh công cộng
to pull	lôi/kéo
pump	máy bơm; cái bơm
puncture	lỗ chậm/thủng
to punish	trừng phạt
puppy	chó con
pure	nguyên chất; tinh khiết
purple	màu tím
to push	đẩy; đánh thức vào
to put	đặt/để

Q

qualifications	chứng chỉ; khả năng
quality	chất lượng; phẩm chất
quarantine	sự cách ly
quarrel	sự cãi nhau
quarter	một phần tư

Q

queen	nữ hoàng; hoàng hậu
question	câu hỏi
to question	hỏi; đặt vấn đề
question (topic)	vấn đề được thảo luận
queue	hàng; xếp nối đuôi nhau
quick	nhanh; sáng trí
quiet (adj)	yên lặng
to quit	nghỉ; thôi; rời khỏi

R

rabbit	con thỏ
race (breed)	loài; chủng tộc (giống/nòi/ loại/mẫu)
race (sport)	cuộc đua (thể thao)
racing bike	xe đạp đua
racism	chủ nghĩa phân biệt chủng tộc; sự kỳ thị
racquet	vợt đánh banh
radiator	lò sưởi; bộ tản nhiệt
railroad	đường xe lửa; đường sắt
railway station	ga xe lửa
rain	trận mưa
It's raining.	Trời đang mưa.

**D
I
C
T
I
O
N
A
R
y**

211

R

rally	đại hội; mít tinh lớn	reflection (thinking)	sự suy ngẫm
rape	sự hãm hiếp	refrigerator	tủ lạnh
rare	hiếm có; quý giá	refugee	người tị nạn
a rash	chứng phát ban	refund	số tiền được trả lại
rat	con chuột; kẻ phản bội	to refund	trả lại tiền
rate of pay	mức lương	to refuse	từ chối; khước từ
raw	sống (chưa nấu chín); nguyên thủy; non nớt	regional	vùng/miền
		registered mail	thư bảo đảm
		to regret	thương tiếc; hối hận
razor	dao cạo		
razor blades	lưỡi dao cạo	relationship	mối quan hệ
to read	đọc; nghiên cứu	to relax	làm dịu đi; thoải mái; nới lỏng
ready	sẵn sàng		
to realise	thực hiện; hiểu rõ	religion	tôn giáo; sự sùng bái
reason	lý do; lẽ phải	religious	sùng đạo
receipt	biên nhận	to remember	nhớ; ghi nhớ; nhớ lại
to receive	nhận; tiếp đón		
recent/recently	mới/gần đây	remote	xa; xa xăm; mơ hồ; hẻo lánh
to recognise	chấp nhận; nhìn nhận		
to recommend	giới thiệu; phó thác	remote control	nút điều khiển vô tuyến điện
recording	ghi âm; thu hình	rent	sự thuê mướn
recyclable	có thể tái chế	to rent	thuê/mướn
recycling	tái chế	to repeat	nhắc lại; lập lại
red	màu đỏ	republic	nền cộng hòa; thể chế cộng hòa
referee	trọng tài		
reference	sự giới thiệu; tham khảo	reservation	sự giữ chỗ trước
reflection (mirror)	sự phản chiếu (gương soi)	to reserve	dự trữ; dành riêng

resignation	sự từ chức; xin nghỉ việc
respect	sự kính trọng; sự lưu tâm
rest (relaxation)	nghỉ ngơi
rest (what's left)	phần còn lại; vật còn lại
to rest	nghỉ ngơi
restaurant	nhà hàng
resume	bản tóm tắt lý lịch
retired	về hưu; ẩn dật
to return	trả lại; gởi
return (ticket)	trả lại (vé)
review	sự xem lại; sự duyệt lại; bản báo cáo
rhythm	nhịp điệu; điệu nhạc; sự nhịp nhàng
rich (wealthy)	giàu có
rich (food)	nhiều chất béo (thức ăn)
to ride (a horse)	cỡi (ngựa)
right (correct)	đúng; chính xác
right (not left)	bên phải
to be right	làm đúng

You're right.

Bạn nói đúng.

civil rights	quyền tự do cá nhân; quyền bình đẳng; quyền công dân

right now	ngay bây giờ
right-wing	cánh phải
ring (on finger)	cà rá; nhẫn
ring (of phone)	tiếng reo (điện thoại)

I'll give you a ring.

Tôi sẽ gọi điện thoại cho bạn.

ring (sound)	tiếng kêu leng keng
rip-off	lừa đảo; trộm cắp; nói phách giá; xẻ
risk	sự mạo hiểm; sự rủi ro
river	con sông
road (main)	đường cái
road map	bản đồ đi đường
to rob	cướp đoạt; lấy trộm
rock	đá; kẹo cứng
rock climbing	môn thể thao leo núi
(wall of) rock	(tường) đá
rock group	nhóm nhạc rốc
rolling	lăn; trôi qua
romance	tình tứ
room	phòng/buồng
room number	số phòng
rope	xâu; chuỗi; dây thừng
round	xung quanh; vòng; hiệp

S

(at the) roundabout	(ở) bùng binh
rowing	sự chèo thuyền
rubbish	rác
rug	thảm/mền
ruins	sự đổ nát; sự điều tàn
rules	điều lệ; quyền lực
to run	chạy; tẩu thoát; luớt đi

S

sad	buồn rầu
safe (adj)	an toàn; chắc chắn
safe (n)	két sắt; két bạc
safe sex	sự an toàn về tình dục
saint	thiêng liêng; thánh
salary	tiền lương
(on) sale	hạ giá
sales department	của hàng buôn bán
salt	muối
same	giống nhau; cũng như thế
sand	cát; bờ biển
sanitary napkins	khăn; giấy vệ sinh
Saturday	Thủ Bảy

to save	tiết kiệm; cứu nguy
to say	nói; tuyên bố
to scale/climb	leo trèo
scarves	khăn quàng
school	trường học
science	ngành khoa học
scientist	khoa học gia
scissors	cái kéo
to score	ghi điểm thắng; thành công
scoreboard	bảng ghi số điểm
screen	màn chiếu
script	kịch bản; chữ viết tay; thủ bút
sculpture	công trình điêu khắc
sea	biển
seasick	say sóng
seaside	bờ biển
seat	chỗ ngồi; địa vị
seatbelt	dây nịt an toàn vào chỗ ngồi
second (n)	thủ nhì
second (time)	giây (thời gian)
secretary	thư ký; bộ trưởng
to see	nhìn thấy; xem xét

We'll see!
Chúng ta sẽ thấy/rõ!

I see. (understand)
Tôi hiểu.

See you later.
Gặp lại bạn sau.

See you tomorrow.
Gặp lại bạn ngày mai.

self-employed	tự làm chủ
selfish	ích kỷ
self-service	tự phục vụ
sell	bán; quảng cáo
send	gởi; bạn cho
sensible	nhạy cảm
sentence (words)	câu (chữ)
sentence (prison)	sự tuyên án (nhà tù)
separate	chia tay; tách ra
series	đợt; một chuỗi; cấp số (toán)
serious	thành thật; đúng đắn
service (assistance)	sự phục vụ (sự giúp đỡ)
service (religious)	buổi lễ (tôn giáo)
several	một vài; nhiều
sew	may/khâu
sex	giới tính; sự giao hợp; sinh lý
sexism	sự phân biệt giới tính; thành kiến trọng nam khinh nữ

sexy	khiêu dâm
shade; shadow	chỗ râm mát; cái bóng
shampoo	đầu gội đầu
shape	hình dạng; khuôn; mẫu
to share (with)	chung vốn; chia sẻ
to share a dorm	chia phòng nội trú
to shave	cạo râu; bào; cạo
she	bà/cô/chị (phái nữ)
sheep	con cừu
sheet (bed)	tấm ra (giường)
sheet (of paper)	tờ (giấy)
shell	vỏ; vỏ cứng
shelves	ngăn/kệ
ship	tàu thủy
to ship	đi tàu; xuống tàu
shirt	áo sơ mi
shoe shop	tiệm giày
shoes	đôi giày
to shoot	phóng nhanh qua; bắn
shop	cửa hàng
to go shopping	đi mua sắm
short (length)	ngắn
short (height)	thấp
short films	phim ngắn
short stories	các truyện ngắn
shortage	sự thiếu thốn

shorts	quần ngắn
shoulders	vai
to shout	la hét; reo hò
a show	cuộc triển lãm; cuộc biểu diễn
to show	trưng bày; dẫn dắt

Can you show me on the map?
Bạn có thể chỉ cho tôi trên bàn đồ không?

shower	trận mưa rào; tắm vòi sen
shrine	hòm đựng thánh cốt; làng; điện thờ
to shut	đóng/dậy
shy	e thẹn
sick	đau ốm; buồn nôn
a sickness	sự đau yếu; bệnh hoạn
side	mặt/bên/cạnh/ bìa/phía
a sign	dấu hiệu; bảng hiệu
to sign	ký tên; viết dấu hiệu
signature	chữ ký
silk	tơ/lụa
of silver	bằng bạc
similar	giống nhau; đồng dạng

simple	đơn giản; dễ hiểu
sin	tôi lỗi; tội ác
since (May)	từ (tháng năm)
to sing	hát/hót
singer	ca sĩ
singer-songwriter	ca sĩ kiêm nhạc sĩ
single (person)	độc thân (người)
single (unique)	đơn/độc (chỉ một)
single room	phòng đơn
sister	chị; em; nữ tu sĩ; ni cô
to sit	ngồi
size (of anything)	kích thước
size (clothes)	số/cỡ (quần áo)
size (shoes)	số (giày)
to ski	trượt tuyết
skiing	môn trượt tuyết
skin	da/bì
sky	bầu trời
to sleep	ngủ
sleeping bag	túi ngủ
sleeping car	toa có giường ngủ (xe lửa)
sleeping pills	thuốc ngủ
sleepy	buồn ngủ; uể oải
slide (film)	phim rọi
slow/slowly	chậm
small	nhỏ/ít

a smell	mùi
to smell	đánh hơi; ngửi
to smile	mỉm cười
to smoke	hút thuốc; bốc khói
soap	xà phòng
soap opera	vở kịch nhiều kỳ trên đài
soccer	môn túc cầu; đá bóng
social-democratic	đảng dân chủ xã hội
social sciences	khoa học xã hội
social security	an sinh xã hội
social welfare	phúc lợi xã hội
socialist	người theo chủ nghĩa xã hội
solid	vững chắc; dày đặc
some	một vài; một ít
somebody/ someone	người nào đó
something	một cái; điều nào đó
sometimes	đôi khi
son	con trai
song	bài hát
soon	chẳng bao lâu nữa
I'm sorry.	Tôi xin lỗi.
sound	âm thanh

south	hướng nam; miền nam
souvenir	vật kỷ niệm
souvenir shop	cửa hàng bán đồ lưu niệm
space	không gian; khoảng cách
to speak	nói; phát biểu
special	đặc biệt; riêng biệt
specialist	chuyên viên; chuyên khoa
speed	tốc độ
speed limit	tốc độ giới hạn
spicy (hot)	cay (nóng)
sport	thể thao
sportsperson	người thích/hâm mộ thể thao
a sprain	sự bong gân
spring (season)	mùa xuân
spring (coil)	lò xo
square (shape)	hình vuông
square (in town)	quảng trường (thành phố)
stadium	sân vận động
stage	sân khấu; giai đoạn
stairway	cầu thang
stamps	tem
standard (usual)	tiêu chuẩn (thường lệ)
standard of living	mức sống

stars	những ngôi sao; những nhân vật nổi tiếng
to start	bắt đầu; ra hiệu xuất phát
station	nhà ga; trạm
stationers	người bán văn phòng phẩm
statue	bức tượng
to stay (remain)	vẫn còn; hoãn lại
to stay (somewhere)	ở lại (nơi nào đó)
to steal	ăn cắp; ăn trộm
steam	hơi nước
steep	dốc; sườn đồi
step	bước đi; nấc thang
stomach	dạ dày; bụng
stomachache	sự đau bụng
stone	đá; ngọc
stoned (drugged)	bị say thuốc
stop	sự dừng lại
to stop	dừng lại
Stop!	Dừng lại!
stork	con cò
storm	dông tố; bão
story	câu chuyện; cốt chuyện
stove	cái lò; lò sấy

straight	thẳng; ngay ngắn
strange	lạ; kỳ dị
stranger	người lạ mặt; người nước ngoài
stream	dòng suối; nguồn nước
street	con đường; đường phố
strength	sức mạnh; độ bền
a strike	cuộc đình công
on strike	đình công
string	dây/chùm
stroll/walk	đi dạo/bộ
strong	khỏe mạnh; kiên cố
stubborn	bướng bỉnh; ngoan cố
student	sinh viên; học sinh
studio	xưởng vẽ; xưởng phim
stupid	ngu dại; đần độn
style	loại; kiểu; thời trang
subtitles	phụ đề
suburb	ngoại ô; ngoại thành
suburbs of	ngoại ô của

subway station	trạm xe điện ngầm
success	sự thành công; kết quả
to suffer	đau đớn; bị (đau buồn)
sugar	đường
suitcase	cái va li
summer	mùa hè
sun	mặt trời; ánh mặt trời
sunblock	chống nắng
sunburn	sự rám nắng
sunglasses	kính râm
sunny	trời nắng
sunrise	bình minh
sunset	hoàng hôn
Sure.	Chắc chắn.
surface mail	thư đường bộ; đường biển; đường sắt (không phải hàng không)
surfboard	ván lướt sóng
surname	họ; tên họ
a surprise	bất ngờ; điều ngạc nhiên
to survive	sống sót; còn lại
sweet	ngọt; dịu dàng
to swim	bởi; lướt nhanh

swimming	bởi lội
swimming pool	hồ bởi
swimsuit	bộ áo tắm
sword	gươm/kiếm
sympathetic	thông cảm; đồng tình
synagogue	hội đạo giáo đường Do thái
synthetic	tổng hợp; nhân tạo
syringe	ống tiêm; vòi xịt nước

T

table	cái bàn; bảng
table tennis	bóng bàn
tail	đuôi; đoạn cuối
to take (away)	đem đi
to take (food; the train)	dùng
to take photographs	chụp hình
to talk	nói/kể
tall	cao lớn
tampons	ống băng vệ sinh
tasty	ngon
tax	thuế/cước
taxi stand	bến xe tắc xi
teacher	thầy giáo; giáo viên
teaching	nghề dạy học
team	đội/tổ

T

tear (crying)	nước mắt
technique	kỹ thuật; kỹ xảo
teeth	răng
telegram	bức điện tín
telephone	điện thoại
to telephone	gọi điện thoại
telephone	văn phòng điện
office	thoại
telescope	kính thiên văn
television	vô tuyến truyền
	hình
to tell	nói; kể lại
temperature	độ nóng/lạnh
(fever)	(cơn sốt)
temperature	nhiệt độ (thời
(weather)	tiết)
temple	chùa/miếu/điện
tennis	quần vợt
tennis court	sân quần vợt
tent	lều/rạp
tent pegs	cọc lều
tenth	thứ mười
term of office	nhiệm kỳ
terrible	kinh khủng;
	khủng khiếp
test	thi; bài kiểm tra
to thank	cảm ơn; biết ơn
Thank you.	
Cảm ơn bạn.	
theatre	rạp hát; nghệ
	thuật sân
	khấu

they	người ta; họ
thick	dày
thief	kẻ trộm; kẻ cắp
thin	gầy ốm; mỏng;
	mảnh khảnh
to think	suy nghĩ
third	thứ ba
thirsty	khát; khao khát
this (one)	cái này; vật này
thought	sự suy nghĩ; ý
	nghĩ
throat	cuống họng
ticket	vé; biên lai phạt
ticket collector	người soát vé
ticket machine	máy bán vé
ticket office	phòng bán vé
tide	thủy triều
tight	chật
time	thời gian;
	thời giờ
timetable	thời dụng biểu;
	bảng giờ giấc
tin (can)	hộp thiếc
tin opener	dụng cụ mở đồ
	hộp
tip (gratuity)	tiền thưởng
	thêm (tiền
	boa)
tired	mệt mỏi; chán
tissues	khối tế bào;
	giấy mỏng
toad	con cóc

220

toast	bánh mì lát nướng; chén rượu chúc mừng
tobacco	thuốc lá
tobacco kiosk	quán bán thuốc lá
today	hôm nay; bây giờ
together	hợp lại; cùng nhau
toilet paper	giấy vệ sinh
toilets	nhà vệ sinh
tomorrow	ngày mai
tomorrow afternoon; evening	chiều mai; tối mai
tomorrow morning	sáng mai
tonight	tối nay
too (as well)	cũng như thế
too expensive	quá đắt
too much; many	nhiều; quá nhiều
tooth (front)	răng cửa
tooth (back)	răng cấm
toothache	đau răng
toothbrush	bàn chải đánh răng
toothpaste	kem đánh răng
torch (flashlight)	đèn pin
to touch	rờ/chạm

tour	cuộc đi chơi; cuộc đi du lịch
tourist	khách du lịch
tourist information office	văn phòng hướng dẫn khách du lịch
towards	phía trước
towel	khăn tắm
tower	tháp; đồn lũy
toxic waste	thải ra chất độc
track (car-racing)	đường đua xe
track (footprints)	dấu vết
track (sports)	môn thể thao chạy đua
track (path)	đường đi
trade union	nghiệp/công đoàn
traffic	sự giao thông
traffic lights	đèn giao thông
trail/route	đường đi
train	tàu lửa
train station	ga xe lửa
tram	xe điện
transit lounge	phòng đợi xe; tàu; máy bay
to translate	phiên dịch; chuyển sang
to travel	đi du lịch
travel agency	văn phòng đại lý du lịch
travel sickness	bị say tàu/xe

221

U

travel (books)	sách du lịch
travellers cheques	chi phiếu du lịch
tree	cây
trek	đoạn đường sự du hành
trendy (person)	hợp thời trang
trip	cuộc dạo chơi; chuyến đi
trousers	quần
truck	toa chở hàng; xe chở hàng
It's true.	Đúng như thế.
trust	lòng tin; sự tín nhiệm
to trust	tin cậy
truth	sự thật; chân lý
to try	thử; cố gắng
to try (to attempt)	cố gắng; thử xem
T-shirt	áo lót ngắn tay
tune	sự hoà hợp; điệu nhạc
Turn left.	Rẽ trái.
Turn right.	Rẽ phải.
TV	Ti vi
twice	gấp hai
twin beds	giường đôi

twins	sinh đôi
to type	đánh máy
typical	tiêu biểu; đặc tính
tyres	lốp xe

U

umbrella	cái dù
to understand	hiểu; nhận thức được
unemployed	người thất nghiệp
unemployment	sự thất nghiệp
unions	nghiệp đoàn
universe	vũ trụ
university	trường đại học
unleaded	không có chì
unsafe	không an toàn
until (June)	cho đến (tháng sáu)
unusual	không bình thường; ít dùng
up	ở trên
uphill	dốc; đường dốc
urgent	khẩn cấp; cấp bách
useful	có ích; tiện dụng

V

vacant	trống rỗng; khuyết

vacation	kỳ phép; kỳ nghỉ
vaccination	sự chủng ngừa
valley	thung lũng
valuable	giá trị; qúy giá
value (price)	định giá
van	xe hàng
vegetable	rau củ
vegetarian	người ăn chay

I'm vegetarian.
Tôi ăn chay.

vegetation	thực vật; cây cỏ
vein	tĩnh mạch; mạch
venereal disease	bệnh hoa liễu
venue	nơi gặp gỡ; nơi tòa xử án
very	rất
video tape	băng hình
view	tầm mắt; quang cảnh
village	làng xã
vine	cây nho; cây leo
vineyard	vườn nho
virus	vi khuẩn
visa	giấy xuất cảnh
to visit	thăm; kiểm tra
vitamins	sinh tố
voice	tiếng; giọng nói
volume	âm lượng; thể tích

to vote	bầu cử

W
Wait!
Đợi vội!

waiter	người hầu bàn
waiting room	phòng đợi
to walk	đi bộ
wall (inside)	tường/vách
wall (outside)	thành; thành lũy
to want	muốn
war	chiến tranh; đấu tranh
wardrobe	tủ quần áo; quần áo
warm	ấm áp
to warn	cảnh cáo; báo cho biết
to wash (something)	giặt
to wash (oneself)	tắm rửa
washing machine	máy giặt
watch	đồng hồ
to watch	trông nom; canh gác
water	nước
mineral water	nước khoáng; nước thiên nhiên
water bottle	bình đựng nước

W

waterfall	thác nước
wave	làn sóng
way	đường đi; quãng đường

Please tell me the way to ...
Xin chỉ đường cho tôi đến ...

Which way?
Đường nào?

Way Out	Đường đi ra
we	chúng ta/tôi
weak	yếu ớt; mềm yếu
wealthy	giàu có; phong phú
to wear	mặc/mang/đeo
weather	thời tiết
wedding	lễ cưới
wedding cake	bánh cưới
wedding present	quà cưới
week	tuần lễ
this week	tuần này
weekend	cuối tuần
to weigh	cân
weight	trọng lượng; sức nặng
welcome	hoan nghênh
welfare	phúc lợi; sự chăm sóc
well	tốt/hay
west	hướng tây; miền tây
wet	ẩm ướt

what	nào; gì; cái gì

What is he saying?
Anh/Ông ấy đang nói gì?

What time is it?
Mấy giờ rồi ?

wheel	bánh xe; bánh lái
wheelchair	xe lăn
when	khi; lúc; trong khi mà

When does it leave?
Khi nào nó đi vậy?

where	ở đâu

Where is the bank?
Ngân hàng ở đâu vậy?

white	trắng; màu trắng
who	ai; người nào

Who is it?
Ai đó vậy?

Who are they?
Họ là ai?

whole	toàn bộ; nguyên vẹn
why	tại sao

Why is the museum closed?
Tạo sao viện bảo tàng đóng của?

wide	rộng lớn

DICTIONARY

wife	vợ
wild animal	thú vật hoang dã
to win	chiếm đoạt; thắng cuộc
wind	gió
window	cửa sổ
to (go) window -shopping	đi ngắm hàng
windscreen	kính chắn gió (xe hơi)
wine	rượu vang
winery	nhà máy rượu vang
wings	cánh
winner	người thắng cuộc
winter	mùa đông
wire	dây điện; dây kim loại
wise	khôn ngoan; có kinh nghiệm
to wish	hy vọng
with	cùng với
within	trong khoảng
within an hour	trong vòng một giờ
without	không có; không cần; thiếu
without filter	không có lọc
woman	đàn bà; phụ nữ
wonderful	tuyệt diệu
wood	gỗ/củi
wool	len

word	từ ngữ
work	công việc
to work	làm việc
workout	luyện tập thân thể với cường độ cao
work permit	giấy phép đi làm
workshop	công xưởng
world	thế giới
World Cup	cúp thế giới
worms	giun/trùng
worried	lo lắng
worship	sự tôn kính; thờ phụng
worth	đáng giá
wound	vết thương
to write	viết
writer	tác giả; nhà văn
wrong	sai; không đúng

I'm wrong. (my fault)
tôi không đúng. (lỗi của tôi)

I'm wrong. (not right)
tôi sai.

Y

year	năm
this year	năm nay
yellow	màu vàng
yesterday	hôm qua
yesterday afternoon/ evening	chiều /tối hôm qua

Y

DICTIONARY

Z

yesterday morning	sáng hôm qua
yet	chưa
you (pol)	các ông; các bà; các anh; các chị
young	trẻ; nhỏ tuổi
youth (collective)	thanh niên

youth hostel	quán trọ du lịch cho thanh niên

Z

zebra	ngựa vằn
zodiac	hoàng đạo
zoo	vườn bách thú

D
I
C
T
I
O
N
A
R
Y

This dictionary is classed according to Vienamese alphabetical order.

A

ai; người nào	who
Ai vậy?	
Who is it?	
an toàn; chắc chắn	safe (adj)
anh em trai	brother
anh ta; ông ta	he
Anh ấy đang nói cái gì vậy?	
What's he saying?	
Anh có thể chỉ cho tôi trên bản đồ không?	
Can you show me on the map?	
Anh nói ... như thế nào?	
How do you say ...?	
ánh sáng	light (n)
ánh sáng (mặt trời; đèn)	light (sun/lamp)
ảnh và mình họatrên sách; báo	artwork
áo choàng	coat
áo choàng ngoài	cloak
áo đầm	dress
áo gối	pillowcase
áo khoác	overcoat

áo len dài tay	jumper (sweater)
áo lót ngắn tay	T-shirt
áo sơ mi	shirt
áo tắm	swimsuit
áo thuật gia	magician
ăn	to eat
ăn cắp; ăn trộm	to steal
âm lượng	volume
âm nhạc	music
âm thanh; giọng	sound/voice
ấm áp	warm
ẩm ướt	wet

B

ba/cha	dad
ba lô	knapsack
ba lô đeo sau lưng	backpack
bà/cô/chị (phái nữ)	she
bà nội/ngoại	grandmother
bác sĩ	doctor
bạc cắc	coins
bạch phiến	heroin
bài diễn văn chính trị	political speech
bài hát	song

227

B

bài tây; bài pốc-kơ	poker
bãi biển	beach
ban buôn bán	sales department
ban hợp tấu; hòa tấu	orchestra
ban nhạc	band (music)
bàn cờ	chess board
bàn chải đánh răng	toothbrush
bàn chải tóc	hairbrush
bàn chân	foot
bàn nút bấm của máy đánh chữ; vi tính	keyboard
bàn tay	hand
bán; quảng cáo	to sell; advertise
bản đồ	map
bản đồ đi đường	road map
bản hợp đồng; khế ước; giao kèo	contract
bản mô tả việc làm	job description
bản/sự giới thiệu; tham khảo	reference
bản tóm tắt lý lịch	resumé

Bạn có thể chỉ cho tôi trên bàn đồ không?	Can you show me on the map?
bạn	friend
bạn đồng nghiệp	colleague
bạn đường	companion
bạn gái	girlfriend
bạn trai	boyfriend
Bạn có/bị ...?	Do you have ...?
Bạn đang làm gì đó?	What are you doing?
Bạn nói đúng.	You're right.
bảng ghi số điểm	scoreboard
bánh cưới	wedding cake
bánh mì	bread
bánh mì lát nướng; chén rượu chúc mừng	toast
bánh pa-lê; bánh nướng nhân ngọt hoặc mặn	pie
bánh sinh nhật	birthday cake
bánh xe; bánh lái	wheel
bao gồm	included
bao lơn	balcony

DICTIONARY

báo; tờ báo	newspaper
bảo thủ	conservative
bảo vệ	to protect
bò cái	cow
bọ chét	flea
băng (quấn quanh vết thương)	bandage
băng đĩa	CD
băng video	video tape
băng vệ sinh	tampons
bằng bạc	of silver
bằng lời nói (thi vấn đáp)	oral
bằng phẳng (đất ...)	flat (land etc)
bằng vàng	of gold
bắp thịt; sức lực	muscle
bắt đầu	begin
bắt đầu; khai mạc buổi họp; đá văng đi	kick off
bắt đầu; ra hiệu xuất phát	to start
bận rộn; nhộn nhịp	busy
bất ngờ; điều ngạc nhiên	a surprise
bầu cử	to vote
bầu trời	sky
bên cạnh; gần	beside

bên ngoài	outside
bên phải	right (not left)
bên trong	inside
bị thư	envelope
bị bỏ rơi đằng sau; để dành; chừa lại	to be left (behind/over)
bị cảm lạnh	to have a cold
bị chứng tê liệt	paraplegic
bị động	passive
bị gẫy	broken
bị hư; có thiếu sót; không chính xác	faulty
bị nhiễm HIV bệnh AIDS	HIV positive
bị say rượu	to be drunk
bị say tàu; xe	travel sickness
bị say thuốc	stoned (drugged)
bị táo bón	to be constipated
biển	sea
biết (một việc gì)	to know (something)
biên giới; đường viền	border
biên nhận	receipt
bình đựng nước	water bottle
bình chứa ga	gas cartridge
bình minh	sunrise
bình minh; rạng đông	dawn
bình; lọ; ấm (nghề làm đồ gốm)	pot (ceramic)

B

biệt danh	nickname
bến xe tắc xi	taxi stand
bể; vỡ; ngắt quãng; chập chờn	broken
bệnh hoa liễu	venereal disease
bệnh liệt kháng	AIDS
bệnh sốt cỏ khô	hayfever
bệnh tật; tệ nạn	disease
bệnh tiêu chảy	diarrhoea
bình ắc quy; pin	battery
bộ bài	deck (of cards)
bộ bài	playing cards
bộ đồ nghề cấp cứu	first aid kit
bộ phận; một phần	part
bộ quần áo tắm	bathing suit
bộ yên cương	harness
bờ biển	coast
bờ biển	seaside
bơi lội	swimming
bơi; lướt nhanh	to swim
bởi vì	because
bóng bàn	table tennis
bóng đá	football (soccer)
bóng đèn điện	light bulb
bông hoa	flower
bông tai	earrings

bông; vài bông	cotton
bột	flour
bữa ăn trưa	lunch
bước đi; nấc thang	step
bướng bỉnh; ngoan cố	stubborn
buổi ăn sáng	breakfast
buổi ăn tối	dinner
buổi chiều	(in the) afternoon
buổi chiều; buổi tối	evening
buổi hòa nhạc	a concert
buổi lễ (tôn giáo)	service (religious)
buổi sáng	morning (6am-1pm)
buổi trình diễn; xe độc mã	gig
buổi trình diễn trò chơi	a game show
buổi trưa	noon
bùn/sình	mud
bức điện tín	telegram
bức tượng	statue
buôn bán; thương mại	business
buồn ngủ; uế oải	sleepy
buồn nôn	nausea
buồn rầu	sad
buồn tẻ; nhạt nhẽo	boring

bùng binh	roundabout
bút bi	pen (ballpoint)
bút chì	pencil
bưu điện	post office
bưu kiện; kiện hàng	parcel
bưu phẩm gửi bằng máy bay	air mail
bưu phí	postage
bưu thiếp; bưu ảnh	postcard

C

ca sĩ	singer
ca sĩ kiêm nhạc sĩ	singer songwriter
cá	fish (as food)
cá (sống)	fish (alive)
cả hai	both
cách đây	(a while) ago
cách đây ba ngày	(three days) ago
cách đây nửa giờ	(half an hour) ago
cái bật lửa	lighter
cái bàn; bàng	table
cái bóng; chỗ tối	shade/shadow
cái cầu	bridge
cái đầu	head
cái chết	death
cái chăn; mền	blanket
cái chén; tách	cup

cái đĩa	plate
cái cốc; ly; thủy tinh	glass
cái dù	umbrella

Cái đó đắt tiền lắm.
It costs a lot.

cái gạt tàn thuốc	ashtray
cái giường	bed
cái hẹn	date (appointment)
cái hẹn; sự bổ nhiệm	appointment
cái hồ	lake
cái hộp	box
cái kéo	scissors
cái khóa móc	padlock
cái khuy; cái nút bấm	buttons
cái lò; lò sấy	stove
cái lược	comb
cái mở chai	bottle opener
cái mở đồ hộp	can opener
cái miệng	mouth
cái này; vật này	this (one)
cái phích cắm điện (điện lực)	plug (electricity)
cái quạt	fan (hand-held)
cái tai	ear
cái trống; cái thùng	drums

C

cái túi	pocket
cái võng	hammock
cảm lạnh	a cold
cảm ơn; biết ơn	to thank

Cảm ơn bạn.
Thank you.

cảm thấy	to feel
cảm tình	feelings
cánh	wings
cảnh cáo; báo cho biết	to warn
cánh đồng	field
cánh hữu	left wing
cái rổ; giỏ; thúng	basket
cánh phải	right wing
cảnh sát	police
cánh tay	arm
cát; bờ biển	sand
cao	high
cao lớn	tall
cao nguyên	plateau
cạo râu; bào; cạo	to shave
cay (nóng)	spicy (hot)
cân	to weigh
cần	to need
cần sa	marijuana
cần sa (chất ma túy)	pot (dope)
Cẩn thận!	
Careful!	

cần thiết	necessary
cấp cứu	emergency
căn nhà	house
cắm trại; đi cắm trại	to camp
cắn/đốt/chích	bite (insect)
cắn/gặm	bite (dog)
cắt/chặt	to cut
câu (chữ)	sentence (words)
câu chuyện; cốt chuyện	story
câu hỏi	question
câu trả lời	answer
cầu xin; xin ban phúc	to bless
cầu thang	stairway
cầu thủ (thể thao)	player (sports)
cây	tree
cây/quả ô liu	olives
cây bách; cây tùng	fir
cây búa	hammer
cây cẩm chướng; màu hồng	pink
cây dao	knife
cây nho; cây leo	vine
cây thánh giá	cross (religious)
cây thông	pine
có	to have
có ảo giác	to hallucinate

D I C T I O N A R Y

có bệnh tiểu	diabetic
đường	
Có chuyện gì vậy?	
(What's the) matter?	
có ích;	useful
tiện dụng	
có máy lạnh	air conditioned
có thể	can (to be able)
có thể	maybe
có thể bị	biodegradable
thối rữa	
Có thể cho tôi xin...?	
Could you give me ...?	
có thể có;	possible
có thể thực	
hiện được	
có thể tái chế	recyclable
có thai/mang	pregnant
cỏ	grass
cỏ; dược thảo	herbs
cọc lều	tent pegs
con bướm	butterfly
con búp bê	dolls
con cò	stork
con cóc	toad
con cừu	sheep
con chấy	lice
con chim	bird
con chó	dog
con chuột	mouse
con chuột; kẻ	rat
phản bội	

con dê	goat
con đường;	street
đường phố	
con gái	daughter
con gái	girl
con heo	pig
con kiến	ant
con mắt	eye
con mèo	cat
con ngựa	horse
con rệp	bug
con ruồi	fly
con sông	river
con thỏ	rabbit
con trai	boy/son
con vật	animal
Còn sớm.	
It's early.	
cô; dì; thím; mợ	aunt
cố gắng;	to try (to attempt)
thử xem	
công đoàn;	unions
tập đoàn	
công lý	justice
công nghiệp	industry
công nhân	employee
công nhân xí	factory worker
nghiệp	
công trình điêu	sculpture
khắc	
công ty; đại đội	company
công viên	a park

C

công viên quốc gia	national park
công việc	work
công việc trong nhà	housework
công việc xây dựng	construction work
công xưởng	workshop
cổng	gate
cơ hội bình đẳng	equal opportunity
còn sốt; bệnh sốt	fever
cỡ; số (quần áo)	size (clothes)
cỡi ngựa	to ride (a horse)
cúp thế giới	World Cup
củi đốt lò	firewood
cung điện	palace
cùng với	with
cũng như thế	too (as well)
cũng; và; thêm vào	and
cuốc chim	pick/pickaxe
cuối cùng	last
cuối tuần	weekend
cuộc triển lãm; cuộc biểu diễn	a show
cuốn phim (để chụp ảnh)	a film (negatives)
cuống họng	throat
cư ngụ; trú tại	to live (somewhere)

của hàng	shop
của hàng bách hóa	department stores
của hàng bán đồ lưu niệm	souvenir shop
của ra vào	door
cứng	hard
cứu/giúp	to help
của sổ	window
cuộc bầu cử	elections
cuộc biểu diễn	performance
cuộc biểu diễn nghệ thuật	performance art
cuộc chiến đấu	fight
cuộc đình công	a strike
cuộc đua (thể thao)	race (sport)
cuộc dạo chơi; chuyến đi	trip
cuộc hành trình	journey
cuộc hành trình có người hướng dẫn	guided trek
cuộc phỏng vấn	interview
cuộc sống	life
cuộc thi đấu; địch thủ	match
cuộc triển lãm; sự thao diễn	exhibition
cưỡi ngựa	horse riding
cười to	laugh
cưới gả	to marry

VIETNAMESE – ENG

cướp đoạt; lấy trộm	to rob
cha mẹ	parents
cha vợ	father in law
chai/bình	jar
chai/lọ	bottle
chán	bored
chậm	slow/slowly
chân	leg

Chào bạn!
Hello; good morning; good afternoon; good evening; good night.

Chắc chắn.
Sure.

chẳng bao lâu nữa	soon
chặt	tight
chấp nhận; nhìn nhận	to recognise
chất khử mùi	deodorant
chất khử trùng; vô trùng	antiseptic
chất lượng; phẩm chất	quality
chất ma túy; thuốc tê mê	dope (drugs)
cháu trai	grandchild
chảy máu	to bleed
chạy; tẩu thoát; lướt đi	to run
chế độ dân chủ	democracy

chết/mất	to die
chết; tắt ngấm	dead
chỉ một (độc nhất vô nhị)	single (unique)
chi nhánh; cành cây	branch
chi phiếu du lịch	travellers cheques
chi tiết; điều vụn vặt	detail
chỉ; chỉ vào	to point
chị; em; nữ tu sĩ	sister
chỉ; nhưng mà	but
chiếm đoạt; thắng cuộc	to win
chiến tranh; đấu tranh	war

Chiếu tướng! Bí!
Checkmate!

chiếu; thảm chùi chân	mat
chìa khóa	key
chia phòng nội trú	to share a dorm
chia tay; tách ra	to separate
chia xẻ; chung vốn	to share (with)
chích ngừa; sự chủng ngừa	vaccination
chính phủ	government
chính trị	politics

C

chiều; tối hôm qua	yesterday afternoon; evening
chiều mai; tối mai	evening
chiều nay	this afternoon
cho	give
cho đến (tháng sáu)	until (June)
cho phép	allow
cho thuê	hire
chó con	puppy
chó hướng dẫn	guidedog
chọc ghẹo	make fun of
chọn lựa	choose
chỗ ngồi; địa vị	seat
chỗ; nơi chốn; vị trí	place
chơi nhạc	to play (music)
chơi (trò chơi)	to play (a game)
chợ; thị trường	market
chóng mặt; choáng váng	dizzy
chồng	husband
chống bom hạt nhân	antinuclear
chống nắng	sunblock
chụp hình	to take photographs
chủ bút; người biên tập	editor
chuỗi hạt đeo cổ	necklace

chữ ký	signature
chưa	yet
chưa hoàn tất	not yet
chùa/miếu/điện	temple
chuẩn bị	prepare

Chúc anh/chị bữa ăn ngon miệng!
Bon appétit!

Chúc anh/chị chuyến đi bình an!
Bon voyage!

Chúc may mắn!
Good luck!

Chúc mừng sinh nhật!
Happy birthday!

Chúc mừng!
Congratulations!

Chúc sức khỏe! Chúc mừng!
Good health!; Cheers!

chung; phổ biến	general
chúng ta	we all
chúng tôi	we

Chúng ta đi!
Let's go!

Chúng ta có thể cắm trại ở đây không?
Can we camp here?

Chúng ta có thể làm điều đó.
We can do it.

Chúng ta sẽ thấy/rõ
We'll see!

Chúng tôi muốn đi đến ...
We'd like to go to ...

chứng đau nửa đầu; bán đầu thống	migraine
chứng chỉ; khả năng	qualifications
chứng chỉ; văn bằng	certificate
chứng khó tiêu	indigestion
chứng phát ban	a rash
chương trình	program
chuột lang	guinea pig
chuyên viên; chuyên khoa	specialist
chuyến bay	flight
chuyến đi chơi; chuyến đi du lịch	tour

D

da/bì	skin
dạ dày; bụng	stomach
dài	long
dân chúng	people
dao cạo	razor
dao chặt đá	ice axe
dao nhíp	penknife

dầu (nấu ăn)	oil (cooking)
dầu (thô)	oil (crude)
dầu gội đầu	shampoo
dấu hiệu; bảng hiệu	a sign
dầu ô liu	olive oil
dầu/xăng	petrol
dày	thick
dây điện; dây kim loại	wire
dây nịt an toàn vào chỗ ngồi	seatbelt
dãy núi	mountain range
dây/chùm	string
dễ dàng; thoải mái	easy
di tích lịch sử	monument
di trú	immigration
dị ứng	an allergy
diêm quẹt	matches
dòng suối; nguồn nước	stream
dông tố; thời kỳ sóng gió	storm
dốc đá lởm chởm	crag; wall of rock
dốc; đường dốc	uphill
dốc; sườn đồi	steep
dơ bẩn	dirty
dùng	to take (food; the train)
dùng thuốc quá liều	overdose

D

dũng cảm; gan dạ	brave
dụng cụ để lặn	diving equipment
dụng cụ mở đồ hộp	tin opener
dụng cụ; thiết bị	equipment
dừng lại	to stop
Dừng lại! Đừng lại!	Stop!
dự trữ; dành riêng	to reserve
dương vật	penis
duy nhất; chỉ có một	only
đá lạnh	ice
đá; kẹo cứng	rock
đá; ngọc	stone
đã ... rồi	already
đã về hưu; ẩn dật	retired
đại dương	ocean
đại hội	festival
đại hội; mit-tinh lớn	rally
đại lộ	avenue
đại sứ	ambassador
đại sứ; tòa đại sứ	embassy
đàn bà; phụ nữ	woman
đàn ghi ta	guitar
đàn ông	man
đảng (chính trị)	party (politics)

đáng giá	worth
đảng viên	social
đảng dân chủ xã hội	democratic
đánh bài	play cards
đánh cá; đánh cuộc	to bet
đánh hơi; ngửi	to smell
đánh máy	to type
đánh nhau	to fight
đau; bịnh	ill
đau bụng lúc có; hành kinh	period pain
đau đồn; bị (đau buồn)	to suffer
đau ốm; buồn nôn	sick
đau răng	toothache
đáy; mặt dưới	(at the) bottom
đắt tiền; xa hoa	luxurious
đặc biệt; riêng biệt	special
đặt hàng; ra lệnh	to order
đặt/để	to put
đất cát; trồng trọt	earth (soil)
đất liền	land
đầu gối	knee
đầu tiên	first
đậu xe	to park
đây; chỗ này	here
đầy đủ	full

đẩy; đánh thúc vào	to push	đi xem hàng qua của kiếng	to (go) window shopping
đem đi	to take (away)	địa chỉ	address
đèn cầy	candle	địa phương	local
đèn giao thông	traffic lights	điếc	deaf
đèn nháy	flashlight	điên khùng	crazy
đèn pin	torch (flashlight)	điên; mất trí	mad
đẹp	beautiful	điện ảnh; rạp chiếu bóng	cinema
đẹp trai	handsome		
đề tài được thảo luận	question (topic)	điện lực	electricity
để giải trí	to have fun	điện thoại	telephone
đêm	night	điện thoại di động; điện thoại cầm tay	mobile phone
Đêm Chúa Giáng Sinh	Christmas Eve		
đêm giao thừa	New Year's Eve	điều lệ	rules
đếm	to count	quyền lực	
đi	to go	điều tưởng tượng	fiction
đi bộ	to walk		
đi bộ đường dài	to hike	điều thuốc lá	cigarettes
		điệu nhạc; giòng điệu; sự hoà hợp	tune
đi chơi với	to go out with		
đi dạo; đi bộ	stroll/walk		
đi du lịch	to travel	đình công	on strike
đi mua sắm	to go shopping	đình lại; hoàn lại	to stay (remain)
đi qua; sự chấp nhận	pass		
		đỉnh cao	peak
đi tới; đến	to come/arrive	định giá	price
đi tàu; xuống tàu	to ship	định giá	value (price)
		đoạn đường; du hành; cuộc di cư	trek
đi theo	to follow		
đi vào; gia nhập	to enter	đoàn xiếc	circus

đọc; nghiên cứu — to read/study

đói — to be hungry

đóng/dậy — to shut

đóng; chật chội; gần — closed

đóng băng; lạnh cứng — to freeze

đóng gói; kiện hàng — package

đóng kín — to close

đồ ăn đông lạnh — frozen foods

đồ ăn trẻ con — baby food

đồ cổ — antiques

đồ chận nước (trong phòng tắm) — plug (bath)

đồ da — leather

đồ gốm — ceramic

đồ gốm thủ công — pottery

đồ trang sức — jewellery

đổ mồ hôi — to sweat

độ cao; vùng cao — altitude

độ nóng/lạnh (cơn sốt) — temperature (fever)

độc thân (người) — single (person)

đôi; gấp đôi — double

đôi giày — shoes

đôi giày đi bộ — hiking boots

đồi — hill

đồi bại; thối nát — corrupt

đối đãi; phân phát; ban cho — to deal

đối diện; đối mặt — opposite

đối lập với; chống lại — against

đổi; chuyển — to exchange

đội/tổ — team

đồng bằng; bình dị — plain

động đất — earthquake

động kinh — epileptic

động vật — animals

đồng hồ — clock

đồng hồ — watch

đồng hồ báo thức — alarm clock

đồng tình luyến ái — homosexual

đồng ý — to agree

Đợi một phút.
Just a minute.

Đợi với!
Wait!

đơn giản; dễ hiểu — simple

đơn vị cơ bản đo chiều dài — metre

đơn vị trọng lượng gờ ram — gram

đơn vị cơ bản của trọng lượng	kilogram
đơn xin; kiến nghị	petition
đợt; một chuỗi; cấp số (toán)	to perspire
đủ	enough
Đủ rồi! Enough!	
đúng giờ	on time
đúng; chính xác	right (correct)
Đúng như thế. It's true.	
đứa bé; đứa trẻ	child
đường	sugar
đường cái	road (main)
đường chạy đua (thể thao)	track (sports)
đường chính	main road
đường đi	track (path)
đường đi	trail/route
đường đi bộ đường trường	hiking routes
đường đi; quãng đường	way
Đường đi ra	Way Out
Đường nào? Which way?	
đường đua xe	track (car racing)

đường dài	long distance
đường kẻ	line
đường mòn	footpath
đường mòn	path
đường mòn chạy băng qua đồng	cross country trail
đường mòn trên núi	mountain path
đường xe lửa; đường sắt	railroad
được phép	it's allowed
được; đồng ý	OK
đuôi; đoạn cuối	tail
Đi thẳng phía trước. Go straight ahead.	
Điều đó không quan trọng. It's not important.	
Điều đó quan trọng. It's important.	
Đồng ý! Agreed!	

e thẹn	shy

ga xe lửa	railway station
ga xe lửa	train station
gà	chicken
ganh tị	jealous

gặp — to meet

Gặp lại bạn ngày mai.
See you tomorrow.

Gặp lại bạn sau.
See you later.

gần	near
gấp hai	twice
gây đau đớn	painful
gẫy đứt; vỡ làm đôi	to break
ghế; chủ tọa	chair
ghi âm; thu hình	recording
ghi điểm thắng; thành công	to score
gia đình	family
giá trị; quý giá	valuable
già; tuổi cao	old
giăm bông	ham
giai đoạn	leg (in race)
giải trí	for fun
giải trí; vui thú	entertaining
giám đốc; người chỉ huy	director
giám đốc; người quản lý	manager
giảm giá; trừ hao	discount
gian hàng cá	fish shop
giấp phép	permit
giàu có	rich (wealthy)
giàu có; phong phú	wealthy

giày ống	boots
giây phút	a second
giấy	paper
giấy đăng bộ	car owner's title
giấy chứng minh	identification card
giấy khai sinh	birth certificate
giấy lên máy bay; tàu; xe	boarding pass
giấy phép đi làm	work permit
giấy phép lái xe	driver's licence
giấy phép; sự cho phép	permission
giấy thuốc lá	cigarette papers
giấy vệ sinh	toilet paper
giấy xuất cảnh	visa
giặt	to wash (something)
giết	to kill
gió	wind
giờ ăn trưa	lunchtime
giờ giải lao	intermission
giới hạn; đoạn cuối	end
giới thiệu; phó thác	to recommend
giới tính; sự giao hợp; sinh lý	sex
giống nhau; đồng dạng	similar

H

giống nhau;	same
cũng như thế	
giun/trùng	worms
giúp đỡ	aid (help)
giữ trẻ	childminding
giữ trước;	to book (make a
mua trước	booking)
giữa	among
giường đôi	a double bed
giường đôi	twin beds
góc	corner
gói (thuốc lá)	packet
	(cigarettes)
gọi điện thoại	to telephone
gỗ/củi	wood
gối	pillow
gởi; ban cho	to send
gươm/kiếm	sword
gương soi	mirror

H

hạ giá	(on) sale
hài kịch; phim	comedy
hài hước	
hải cảng	harbour
hải cảng;	port
nơi ẩn náu	
hái trái cây	fruit picking
hang động	caves
hàng hóa	leathergoods
bằng da	
hàng khách	passenger
hàng năm	annual

hàng rào	fence
hàng; xếp nối	queue
đuổi nhau	
hãnh diện;	pride
tự hào	
hành lý	baggage/ luggage
hành lý để lại	left luggage
hành tinh	planet
hát/hót	to sing
hằng ngày	daily/every day
hấp dẫn; làm	charming
say mê	
hầu như;	almost
gần như	
Hãy đi đi! Cút đi!	
Get lost!	
Hãy quên đi! Đừng lo!	
Forget about it!; Don't worry!	
hẹn ai ...	to date
cùng đi chởi	(someone)
hệ thống liên	modem
kết giữa máy	
vi tính này	
sang máy	
khác và để xử	
dụng internet	
và điện thư	
hiểm có;	rare
quý giá	
hiển nhiên	obvious
hiện tại	present (time)
(thời gian)	

H

hiện tại; lúc này	now
hiểu; nhận thức được	to understand
hình dạng; khuôn; mẫu	shape
hình in (tác phẩm nghệ thuật)	a print (artwork)
hình vuông	square (shape)
hít; thở; hô hấp	to breathe
Họ là ai? Who are they?	
họ; tên họ	surname
hóa đơn thanh toán	bill (account)
họa sĩ	artist
hoan nghênh	welcome
hoàng đạo	zodiac
hoàng hôn	sunset
hoặc; hay là	or
học	to learn
hỏi một câu gì	to ask (a question)
hỏi xin một điều gì	to ask (for something)
hơi nóng	heat
hơi nước	steam
hỏi; đặt vấn đề	to question
hòm đựng thánh cốt; lăng; điện hòn đảo	island

hồ bơi	swimming pool
hồ; bể (bơi lội)	pool (swimming)
hộ chiếu	passport
hồi giáo	Muslim
hối lộ	to bribe
hội đạo; giáo đường Do Thái	synagogue
hội họa	painting (the art)
hội viên	member
hôm nay; bây giờ	today
hôm qua	yesterday
hôn	to kiss
hôn thê; hôn phu	fiancée/fiancé
hộp bằng bìa cứng để đựng hàng	carton
hộp điện thoại	phone box
hộp thư	mailbox
hột tiêu	pepper
hơn nữa; cũng	also
họp lại; cùng nhau	together
hợp lý	reasonable
hợp thời trang	trendy (person)
huấn luyện thể dục	gymnastics
hung hăng; hay gây sự	aggressive
hút thuốc; bốc khói	to smoke

K

huy chương	medal
hủy bỏ;	to cancel
đình hoãn	
hướng bắc	north
hướng đông	east
hướng nam;	south
miền nam	
hướng tây;	west
miền tây	
hưởng thụ;	to enjoy (oneself)
thưởng thức	
hươu; nai	deer
huyết áp	blood pressure
hy vọng	to wish
ích kỷ	selfish
ít	few
ít hơn; nhỏ hơn	less

K

kẻ khờ dại	idiot
kẻ nói dối	liar
kẻ trộm; kẻ cắp	thief
kem	icecream
kem đánh răng	toothpaste
kem dưỡng da	moisturising
cho mướt	cream
kẹo cao su	chewing gum
két sắt; két bạc	safe (n)
kế tôi	next to
kế/tiếp	next
kết thúc;	to end
chấm dứt	
khả năng; tài	power
năng; siêu lực	

khác biệt	different
khác;	other
cách khác	
khách du lịch	tourist
khách hàng	client
khách sạn	nearby hotel
gần bên	
khách sạn	cheap hotel
rẻ tiền	
khách sạn	clean hotel
sạch sẽ	
khách sạn tốt	good hotel
khai mạc	opening
khám phá;	to discover
phát hiện ra	
khâm phục	to admire
khẩn cấp;	urgent
cấp bách	
khăn quàng	scarves
khăn tắm	towel
khăn; giấy	sanitary napkins
vệ sinh	
kháng sinh	antibiotics
khát;	thirsty
khao khát	
Khi nào nó đi vậy?	
When does it leave?	
khí oxy;	oxygen
dưỡng khí	
khí quyển	atmosphere
khi; lúc; trong	when
khi mà	
khiêu dâm	sexy

K

khiêu vũ; nhảy	to dance
khó khăn; gay go	difficult
khoa học gia	scientist
khoa học xã hội	social sciences
khoa kiến trúc	architecture
khóa	to lock
khỏe mạnh; kiên cố	strong
khôi hài; hài hước	comics
khối tế bào; giấy mỏng	tissues
khởi hành (rời khỏi)	to depart (leave)
khôn ngoan; có kinh nghiệm	wise
không	no
không an toàn	unsafe
không bao giờ	never
không bình thường; ít dùng	unusual
không có chì	unleaded
không có gì hết	nothing
không có lọc	without filter
Không có vấn đề gì. It doesn't matter.	
không có; thiếu; không cần	without

không được phép	not allowed
không gian; khoảng cách	space
không khí	air
không thể hiểu được	incomprehensible
không trực tiếp	non direct
không; cũng không	neither
không; không một chút nào	none
khu bầu cử; toàn bộ cử tri	electorate
khu vực dùng để cắm trại	campsite
khung thành	goal
khủng khiếp	horrible
khủng khiếp; xấu xí	awful
kiểm tra; soát xét	to check
kiếm được	to earn
kiến trúc sư	architect
kịch bản; chữ viết tay; thủ bút	script
kích thước	size (of anything)
kịch; tuồng	drama
kim (may)	needle (sewing)
kim (tiêm thuốc)	needle (syringe)
kim loại	metal

L

kính đeo lồng vào con người	contact lenses
kính chắn gió (xe hơi)	windscreen
kinh khủng; khủng khiếp	terrible
kinh nguyệt	menstruation
kính râm	sunglasses
kinh Thánh	the Bible
kính thiên văn	telescope
ký tên; viết dấu hiệu	to sign
kỳ phép; kỳ nghỉ	vacation
kỹ sư	engineer
kỹ thuật xây dựng	engineering
kỹ thuật; kỹ xảo	technique
la bàn	compass

L

là	to be
lá cờ	flag
la hét; reo hò	to shout
lắm lúc; đôi khi	sometimes
lặng câm	mute
lạ; kỳ dị	strange
lái xe	to drive
lại/nữa	again
làm	to make
làm bằng	made (of)
làm bằng tay	handmade

làm đầy; lấp kín	to fill
làm đúng	to be right
làm dịu đi; thoải mái; nới lỏng	to relax
làm lễ kỷ niệm	to celebrate

Làm phúc hưởng phước!
Many happy returns!

làm việc	to work
làm; thực hiện	to do
làng xã	village
lạnh/nguội	cold (adj)
lăn; trôi qua	rolling
lâu đài; thành trì	castle
lâu đài; vĩnh cửu	permanent
len	wool
lên máy bay; tàu; xe; ở trọ	to board (ship; etc)
leo trèo	to scale/climb
leo; trèo	to climb
lễ ban thánh thể	communion
Lễ Giáng Sinh	Christmas
lễ cưới	wedding
Lễ misa (đạo Thiên Chúa)	mass (Catholic)
Lễ Phục Sinh	Easter
lễ rửa tội; thử thách	baptism

M

lễ tang	funeral
lều/rạp	tent
lịch trình	itinerary
liên quan đến khảo cổ học	archaeological
lo lắng	worried
lò sưởi; máy tỏa; giải nhiệt	radiator
lò xo	spring (coil)
loài thú vật sắp tuyệt chủng	endangered species
loài; chủng tộc (giống); nòi; loại; mẫu)	race (breed)
loại; kiểu; thời trang	style
(loại xăng; ga) có chất chì	leaded (petrol; gas)
lọc	filtered
lon (nhôm)	can (aluminium)
lòng tin; sự tín nhiệm	trust
lỗ châm; lỗ thủng	puncture
lỗ tai	ears
lôi/kéo	to pull
lối ra	exit
lỗi làm	fault (someone's)
lốp xe	tyres
lời cầu nguyện	prayer
lời hứa; sự hứa hẹn	promise
lời khuyên	advice
lời nhắn tin	message
lợi ích	profit
lớn	large
lớp học; giai cấp	class
luật	law
luật sư	lawyer
lúc nào cũng; luôn luôn	always
lúng túng; bối rối	embarassed
lừa đảo; trộm cắp; nói thách quá giá/ xé	rip off
Lừa dối; gian lận ...! Cheat!	
lửa	fire
lưng	back (body)
lười	lazy
lưỡi dao cạo	razor blades
lý do; lẽ phải	reason
luyện tập thân thể với cường độ cao	workout

M

mã số hộp thư	post code
mãi mãi; vĩnh viễn	forever
màn chiếu	screen
mạng lưới	net

mang theo	to bring
mang/chở/đưa	to carry
mạnh; dữ dội; mãnh liệt	intense
màu cam	orange (colour)
màu đen	black
màu đỏ	red
màu nâu	brown
màu sắc	colour
màu tím	purple
màu vàng	yellow
màu xám; u ám	grey
màu xanh	blue
màu xanh lá cây	green
máu	blood
may/khâu	to sew
may mắn	lucky
máy bán vé	ticket machine
máy bay	aeroplane
máy bay	plane
máy bơm; cái bơm	pump
máy chiếu; máy chiếu phim	projector
máy chụp hình; quay phim	camera
máy ghi âm	cassette
máy giặt	washing machine
máy móc	machine
máy móc; dụng cụ	engine

máy thu phát tiền tự động	automatic teller (ATM)
máy tính tiền	cash register
mặc/mang/ đeo	to wear
mặt trời; ánh mặt trời	sun
mặt trăng	moon
mặt/bên/cạnh/ bìa/phía	side
mặt; bề mặt	face
mây	cloud
mây mù	cloudy

Mấy giờ rồi?
What time is it?

mập; đầy ắp	fat
mật ong	honey
mất/thua	to lose
Mẹ	Mum
mẹ vợ/chồng	mother in law
mẹ/má	mother
mèo con	kitten
mép bờ; rìa bờ	ledge
mét (dùng để đo)	metre
mê sảng; điên cuồng	delirious
mệt mỏi; chán	tired
mi li mét	millimetre
miễn phí	free (of charge)
miếng phim (cần đèn chiếu để rõ và lớn hơn)	slide (film)

M

miếng; mảnh	piece
mỉm cười	to smile
mọi; bất cứ ... nào	any
món ăn bán sẵn	delicatessen
mộ	grave
môi	lips
mỗi/một	each
môi trường; hoàn cảnh	environment
mối quan hệ	relationship
môn đánh cờ	chess
môn đạp xe	to cycle
môn chơi cri-kê	cricket
môn lặn xuống nước	diving
môn nghệ thuật cổ điển	classical art
môn thể thao đi bộ đường dài	hiking
môn thể thao leo núi	mountaineering
môn thể thao leo núi	rock climbing
môn trượt tuyết	skiing
môn túc cầu; đá bóng	soccer
một chút xíu	a little bit
một đôi; một cặp	pair (a couple)
một ít (số lượng)	a little (amount)

một lần	once
một mình	alone
một nửa	half
một phần tư	quarter
một phòng	single room
một phút	a minute
một tá (mười hai cái)	a dozen
một trăm	a hundred
một vài điều/thứ	something
một vài/ít	some
mơ; nằm mơ thấy	to dream
mở	open/to open
mới	new
mới đây; gần đây	recent/recently
mù	blind
mũ sắt	helmet
mua	to buy
mùa chay	Lent
mùa đông	winter
mùa hè	summer
mùa thu	autumn
mùa thu	fall (autumn)
mùa xuân	spring (season)
mức lương	rate of pay
mức sống	standard of living
mũi	nose
mùi; mùi hôi	a smell
muối	salt

muốn — to want

Muôn năm ...!
Long live ...!

N

nam đồng tính luyến ái — gay
nạn thất nghiệp — unemployment
nào; gì; cái gì — what
năm — year
năm nay — this year
năm tới — next year
năm trước — last year
năng lượng hạt nhân — nuclear energy
nặng — heavy
nấu ăn — to cook
nệm — mattress
nền cộng hòa; thể chế cộng hòa — republic
nền kinh tế — economy
nếu — if
ngay bây giờ — right now
ngày — day
ngày đầu năm (tết) — New Year's Day
ngày hôm kia — day before yesterday
ngày lễ — holiday
ngày mai — tomorrow
ngày mốt — day after tomorrow

ngày sinh nhật — birthday/date of birth
ngày tháng — date (time)
ngăn chặn; loại trừ — excluded
ngăn kệ tủ đứng — shelves
ngăn ngừa; đối phó trước — to prevent
ngắn — short (length)

Ngân hàng ở đâu vậy?
Where is the bank?

ngành khoa học — science
nghe — to hear
nghe; lắng nghe — to listen
nghèo; hèn hạ — poor
nghề dạy học — teaching
nghề nghiệp — profession
nghề thủ công — crafts
nghề thủ công — handicrafts
nghệ thuật chụp hình — photography
nghệ thuật đồ họa — graphic art
nghệ thuật opéra — opera
nghệ thuật thời tiền sử — prehistoric art
nghệ thuật; mỹ thuật — art
nghỉ ngơi — rest (relaxation)

N

nghỉ ngơi	to rest
nghỉ; thôi; rời khỏi	to quit
nghị viện	parliament
nghĩa vụ quân sự	military service
nghiệp đoàn; công đoàn	trade union
ngoại ô của	suburbs of
ngoại ô; ngoại thành	suburb
ngon	tasty
ngón tay	finger
ngọt; dịu dàng	sweet
ngồi	to sit
ngu dại; đần độn	stupid
ngủ; nằm yên	to sleep
ngựa vằn	zebra
ngực	chest
người ăn chay	vegetarian
người ăn xin	beggar
người ái mộ	fans (of a team)
người bán hoa	flower seller
người bán ma túy	drug dealer
người bán rau quả	greengrocer
người bán văn phòng phẩm	stationers
Người đạo cơ đốc	Christian

người chữa bịnh theo phương pháp dưỡng sinh	naturopath
người cha; bố	father
người châu Âu	European
người chơi tài tử; nghiệp dư	amateur
người chủ	employer
người cộng sản	communist
người đi bộ	pedestrian
người đi xe đạp	cyclist
người điều khiển	operator
người điều khiển máy quay phim	camera operator
người cưỡi ngựa đua	jockey
người được hưởng lương hưu hay trợ cấp	pensioner
người dán quảng cáo	poster
người Do Thái	Jewish
người giữ trẻ	babysitter
người giới thiệu chương trình (ti vi; ...)	presenter (TV; etc)
người giúp vui nơi công cộng	busker

người hầu bàn	waiter
người hề	clown
người hướng dẫn	guide (person)
người lớn	adult
người lạ mặt	stranger
người làm chủ	owner
người làm thương mại	business person
người lãnh đạo	leader
người lao động chân tay	manual worker
người lừa dối; trò gian lận	a cheat
người nào đó	somebody/ someone
người nghiện ma túy	heroin addict
người nối dõi	descendent
người nông dân; người chủ trại	farmer
người phân phối	distributor
người phác họa tranh	portrait sketcher
người quản lý; người phụ trách	curator
người sản xuất	producer
người soát vé	ticket collector
người ta; họ	they
người thắng cuộc	winner

người theo chủ nghĩa xã hội	socialist
người theo Ấn Độ Giáo	Hindu
người thích; hâm mộ thể thao	sportsperson
người thua cuộc	loser
người tị nạn	refugee
người tin vào thuyết vô chính phủ	anarchist
người tính tiền	cashier
người tới; sự tới nơi	arrivals
người yêu	lover
nguy hiểm; dữ tợn	dangerous
nguyên bản; nguồn gốc	original
nguyên chất; tinh khiết	pure
nha sĩ	dentist
nhà bếp	kitchen
nhà băng	bank
nhà báo	journalist
nhà để xe	garage
nhà chính trị	politicians
nhà ga; trạm	station
nhà hàng	restaurant
nhà máy rượu vang	winery

N

nhà nghiên cứu dược thảo	herbalist
nhà sư; tăng đồ	monk
nhà thờ	church
nhà thờ lớn	cathedral
nhà thuốc tây	chemist
nhà thương tư nhân	private hospital
nhà thương; bịnh viện	hospital
nhà tù	jail
nhà tù; nhà giam	prison
nhà vệ sinh	toilets
nhà vệ sinh công cộng	public toilet
nhạc sĩ	musician
nhắc lại; lập lại	to repeat
nhặt/lấy	to pick up
nhân cách	personality
nhân quyền	human rights
nhân vật; con người	person
nhân viên giảng huấn	instructor
nhân viên văn phòng	office worker
nhẫn (đeo trên tay)	ring (on finger)
nhẫn nại; có tính kiên nhẫn	patient (adj)
nhận ra (một người nào)	to know (someone)

nhận; tiếp đón	to receive
nhanh; chắc chắn	fast
nhanh; sáng trí	quick
nhạt/nhẹ	light (adj)
nhảy	to jump
nhiếp ảnh gia; người chụp hình	photographer
nhìn	to look
nhìn thấy; xem xét	to see
nhiệm kỳ	term of office
nhiệt độ (thời tiết)	temperature (weather)
nhiều	many
nhiều hơn; thêm	more
nhiều và khác nhau	several
nhiều; quá nhiều	too much; many
nhiều; vô số	a lot
nhịp điệu; điệu nhạc; sự nhịp nhàng	rhythm
nhỏ bé	little (small)
nhỏ; ít	small
nhóm diễn viên múa Ba Lê	ballet
nhóm máu	blood group
nhóm nhạc rốc	rock group
nhớ; ghi nhớ; nhớ lại	to remember

nhớ; vắng mặt	to miss (feel absence)
như đóng kịch; gây xúc động	dramatic
nhựa; chất dẻo	plastic
những bức tranh	paintings
những chuyện ngắn	short stories
những đứa bé; đứa trẻ	children
những môn chơi thể thao tại thế vận hội	Olympic Games
những ngày lễ	holidays
những ngôi sao; những nhân vật nổi tiếng	stars
những ngôn ngữ	languages
những sự kiện quan trọng trên thế giới	current affairs
những tờ báo	newspapers
nhức đầu	a headache

Nó (không) thể xảy ra
It's (not) possible.

nói chuyện	to chat up
nói đùa	to joke
nói láo	to lie
nói/kể	to talk
nói; kể lại	to tell
nói; phát biểu	to speak
nói; tuyên bố	to say
nóng	hot
nóng; bị cay nồng	to be hot
nổi tiếng	popular
nổi tiếng; trứ danh	famous
nông nghiệp; việc chăn nuôi súc vật	agriculture
nông trại; đồn điền	farm
nợ; hàm ơn	to owe
nơi đến	destination
nơi đăng ký xe	car registration
nơi gặp gỡ; nơi lập tòa đại xử án	venue
nơi sinh	place of birth
nụ hôn	kiss
núi	mountain
núm vú giả	pacifier/dummy
núng	disturbed/ shaken
nữ đồng tính luyến ái	lesbian
nữ hoàng; hoàng hậu	queen
nữ tu sĩ; ni cô	nun
nữ tu viện; ni viện	convent
nửa đêm	midnight
nửa lít	half a litre

O

nước	water
nước đá	ice
nước ép	juice
nước khoáng; nước thiên nhiên	mineral water
nước lạnh	cold water
nước mắt	tear (crying)
nước ngoài	foreign
nước nóng	hot water
nước suối thiên nhiên	mineral water
nước Tân Tây Lan	New Zealand
nút điều khiển vô tuyến điện	remote control

O

ổ cắm điện	adaptor
ổ khoá	lock
ở đằng sau	at the back (behind)
ở đâu	where
ở dưới	below
ở giữa	between
ở lại (nói nào đó)	to stay (somewhere)
ở trên	up
ở trên; nhiều hơn	over
ở trước	in front of
ôm chặt	hug
ốm; mỏng; mảnh khảnh	thin

ồn ào	noisy
ông; bà; các anh; các chị	you (pol)
ông nội/ngoại	grandfather
ống dòm; nhòm hai mắt	binoculars
ống nghe	hearing aid
ống tiêu	pipe
ống tiêm; vòi xịt nước	syringe

P

phá hủy; tàn phá	to destroy
phác họa; thiết kế	design
phản kháng; cam đoan	to protest
pháp luật; pháp chế	legislation
phần lớn	majority
phần trăm	percent
phần còn lại; vật còn lại	rest (what's left)
phấn hoa	pollen
phấn trẻ em	baby powder
Phật tử	Buddhist
phép chữa vi lượng đồng căn	homeopathy
phi trường	airport
phía trái	left (not right)
phía trước	towards
phiên dịch; chuyển sang	to translate

Q

phiếu thưởng hiện vật	coupon
phim	films/movies
phim đen trắng	B&W (film)
phim chiếu bóng	film (cinema)
phim chụp hình	film (for camera)
phim hoạt hình	cartoons
phim ngắn	short films
phim tài liệu	a documentary
pho mát	cheese
phòng bán vé	ticket office
phòng đợi	waiting room
phòng đợi máy bay/xe/tàu	transit lounge
phòng điện thoại	phone box
phòng đôi	a double room
phòng giữ mũ áo	cloakroom
phòng tiền sảnh	foyer
phòng huấn luyện thể dục	gym
phòng ngủ	bedroom
phòng tắm	bathroom
phòng thay quần áo	changing rooms
phòng triển lãm	art gallery
phòng/buồng	room
phóng nhanh qua; bắn	to shoot

phụ đề	subtitles
phúc lợi xã hội	social welfare
phúc lợi; sự chăm sóc	welfare
phương pháp tránh thụ thai/ ngừa thai	contraception

Q

quà	gift
quá đắt	too expensive
quà cưới	wedding present
quá giang; đi nhờ xe người khác	to hitchhike
quá khứ	past
quả bóng/banh	ball
quả nho	grapes
quan tâm	caring
quan tâm lo lắng (người nào đó)	to care (for someone)
quan tâm lo lắng (về ...)	to care (about)
quan tòa	judge
quan trọng	important
quán bán thuốc lá	tobacco kiosk
quán trọ du lịch cho thanh niên	youth hostel
quần	trousers

Q

DICTIONARY

R

quần áo; y phục	clothing
quần jean	jeans
quần ngắn	shorts
quần vợt	tennis
quảng cáo việc làm	job advertisement
quảng trường chính	main square
quảng trường (thành phố)	square (in town)
quạt máy	fan (machine)
quầy ghi danh	check in (desk)
quầy rượu; cà phê	a bar/café
quấy rầy quá độ	pain in the neck (person)
quét dọn	cleaning
quên	to forget
quốc gia; miền quê	country
quốc tế	international
quốc tịch	nationality
quyền Anh; quyền thuật	boxing
quyền công dân	civil rights
quyền tự do cá nhân; quyền bình đẳng	individual liberties; equal rights
quyển lịch	calendar
quyển sách	book
quyết định; phân xử	to decide

R

rác	garbage
rác; rác rưởi	rubbish
rạp hát cổ điển; xưa cũ	classical theatre
rạp hát; nghệ thuật sân khấu	theatre
rạp opéra	opera house
răng	teeth
răng cấm	tooth (back)
răng cửa	tooth (front)
rất	very
rất nhiều	very much
Rẽ phải. Turn right.	
rẻ tiền; giá thấp	cheap
Rẽ trái. Turn left.	
ren; đăng ten	lace
rộng	wide
rõ ràng	light (clear)
rờ/chạm/đụng	to touch
rừng	forest
rừng được bảo vệ	protected forest
rượu	wine
rượu sâm banh	champagns

S

sa mạc; nơi vắng vẻ	desert

sách du lịch	travel (books)
sách hướng dẫn	guidebook
sách kinh	prayer book
sạch sẽ	clean
sai lầm; sơ suất	mistake
sai; không đúng	wrong
sân ga; sân bằng mặt	platform
sân khấu; giai đoạn	stage
sẵn sàng	ready
sàn nhà	floor
sân quần vợt	court (tennis)
sân quần vợt	tennis court
sàn tàu	deck (of ship)
sân vận động	stadium
sản xuất; chế tạo	to produce
sáng hôm qua	yesterday morning
sáng mai	tomorrow morning
sao băng	meteor
sâu	deep
sau; đằng sau	behind
sau; tiếp sau	after
sảy do tã lót	nappy rash
sấy khô (quần áo)	to dry (clothes)
say sóng	seasick
sinh đôi	twins

sinh tố	vitamins
sinh vật được bảo vệ	protected species
sinh viên; học sinh	student
son tô môi	lipstick
sóng; làn sóng	wave
sô cô la	chocolate
số (giày)	size (shoes)
số hộ chiếu	passport number
số phòng	room number
số tiền được trả lại	refund
số điện thoại	phone book
số nhật ký	diary
sổ tay	notebook
sống	to live (life)
sống (chưa nấu chín); nguyên thủy; non nớt	raw
sống sót; còn lại	to survive
sợ hãi	to be afraid of
sợi chỉ mềm làm sạch kẽ răng	dental floss
sớm; đầu mùa	early
sơn	to paint
sùng/mộ đạo	religious
suy nghĩ; tưởng tượng	to think
sự an toàn về tình dục	safe sex
sự bảo hiểm	insurance

S

sự bất bình đẳng	inequality
sự bất lợi; mối tổn thất	disadvantage
sự biểu hiện	demonstration
sự bình đẳng; tính ngang bằng	equality
sự bong gân	a sprain
sự cách ly; kiểm dịch; khu vực cô lập	quarantine
sự cãi nhau	quarrel
sự chết không đau đồn	euthanasia
sự chậm trễ; trì hoãn	delay
sự chèo thuyền	rowing
sự chi trả	payment
sự dừng lại	stop
sự đảo lộn tâm sinh lý trước kỳ kinh nguyệt	premenstrual
sự đau bụng	stomachache
sự đau đồn; sự đau khổ	a pain
sự đau yếu; bệnh hoạn	a sickness
sự đi xe đạp	cycling
sự đề nghị; cầu hôn	proposal

sự đổ nát; sự điêu tàn	ruins
sự ép; áp lực	pressure
sự ghê rợn	creep (slang)
sự giữ chỗ trước	reservation
sự giáo dục; rèn luyện	education
sự giao thông	traffic
sự hãm hiếp	rape
sự hoạt động	operation
sự hợp pháp hoá; sự công nhận	legalisation
sự hứa hẹn; sự cam kết	engagement
sự kết hôn	marriage
sự khai thác; sự bóc lột	exploitation
sự kính trọng; sự lưu tâm	respect
sự kỳ thị	discrimination
sự kỳ thị; phân biệt chủng tộc	racism
sự làm ô uế; sự làm hư hỏng	pollution
sự lúng túng; sự ngượng ngùng	embarassment
sự mạo hiểm; sự rủi ro	risk
sự may mắn	luck
sự ngẫu nhiên; sự may mắn	chance

Vietnamese	English
sự nghèo nàn	poverty
sự nghiện ma túy	drug addiction
sự ngứa	itch
sự nhận dạng	identification
sự nhảy múa; khiêu vũ	dancing
sự ôm ấp; vuốt ve	a cuddle
sự phá rừng; phát quang	deforestation
sự phân biệt giới tính; thành kiến trọng nam khinh nữ	sexism
sự phản chiếu (gương soi)	reflection (mirror)
sự phản đối; giấy chứng	protest
sự phục vụ (sự giúp đỡ)	service (assistance)
sự quấy rầy	harrassment
sự ra đi; sự lệch hướng	departure
sự rám nắng	sunburn
sự sợ hãi; sự lo ngại	fear
sự sa thải; sự giải tán	dismissal
sự sẩy thai	miscarriage
sự sưu tầm lâu dài	permanent collection

Vietnamese	English
sự suy gẫm	reflection
sự suy ngẫm	meditation
sự suy nghĩ; ý nghĩ	thought
sự thật; chân lý	truth
sự thành công; kết quả	success
sự thiếu thốn	shortage
sự thiệt hại	loss
sự thuận lợi	advantage
sự thuê mướn	rent
sự tôn kính; thờ phượng/phụng	worship
sự trợ cấp cho người thất nghiệp; sự bố thí	dole
sự trao đổi	exchange
sự trình bày	presentation
sự tư hữu hóa	privatization
sự từ chức; xin nghỉ việc	resignation
sự tuyên án (nhà tù)	sentence (prison)
sự xa hoa; xa xỉ	luxury
sự xem lại; sự duyệt lại; bản báo cáo	review
sự xúc phạm	offence
sữa	milk
sức khỏe	health
sức mạnh; độ bền	strength

T

T

tã lót	nappy
tác giả; nhà văn	writer
tái chế	recycling
tại sao	why
Tạm biệt. Goodbye.	
tàn tật	disabled
tàng/miếng	lump
Tạo sao viện bảo tàng đóng của? Why is the museum closed?	
tạp chí	magazine
tàu lửa	train
tàu thủy	ship
tắm bằng vòi nước hoa sen; còn mưa rào	shower
tắm rửa	to wash (oneself)
tắm; bồn tắm	bath
tặng phẩm (qùa tặng)	present (gift)
tấm hình; ảnh	photo
tầm mắt; quang cảnh	view
tấm ra (giường)	sheet (bed)
tầng	floor (storey)
tầng lớp xã hội	class system
tầng ô zôn bao quanh trái đất	ozone layer

tất cả; hoàn toàn	all
tem	stamps
tên	name
tên thánh	Christian name
tha thử	to forgive
thác nước	waterfall
thăm do dư luận; bầu cử	polls
thăm; kiểm tra	to visit
thái bình; hòa thuận	peace
thải ra chất độc	toxic waste
thảm/mền	rug
thang máy	elevator
thang máy	lift (elevator)
tháng	month
tháng này	this month
tháng tới	next month
tháng trước	last month
thanh thiếu niên	youth (collective)
thành; thành lũy	wall (outside)
thành phố	city
thành phố xưa/cổ	old city
thành thật; đủng đắn	serious
thánh đường hồi giáo	mosque
tháp; đồn lũy	tower

262

Vietnamese	English
thay đổi	to change
thẳng; ngay ngắn	straight
thân thể	body
thấp	low/short
thấp/cao máu	low/high blood pressure
thất nghiệp; người thất nghiệp	unemployed
thấu kính thuỷ tinh thể	lens
thầy bói	fortune teller
thầy giáo; giáo viên	teacher
thầy tu; linh mục	priest
thẻ điện thoại	phonecard
thẻ tín dụng	credit card
thẻ; danh thiếp	cards
thế giới	world
thế nào	how
thể thao	sport
thi; bài kiểm tra	test
thí dụ; gương mẫu	example
thị trưởng	mayor
thiếc	tin (can)
thiết bị đo độ sáng	light meter
thiết bị hướng dẫn	guide (audio)
thích	to like
thích hơn	to prefer
Thiên Chúa Giáo La Mã	Catholic
thiên nhiên; tạo hóa	nature
thiêng liêng; thánh	saint
thịt thái nhỏ đã nấu	hash
thoải mái; dễ chịu	comfortable
thói nghiện	addiction
thông cảm; đồng tình	sympathetic
thông minh; tài giỏi	brilliant
thông tấn xã	newsagency
thông thường	ordinary
thơ; thi ca	poetry
thợ máy	mechanic
thợ sơn	painter
thờ	shrine
thời dụng biểu; bảng giờ giấc	timetable
thời gian; thời giờ	time
thời tiết	weather
thu hành lý	baggage claim
thú nhận; nhận ai; vật gì vào	to admit
thú tội; sự xưng tội	confession (religious)
thú vật hoang dã	wild animal
thú vị	interesting

thú vị	cool (col)
bình tĩnh	
thủ trưởng chính phủ	prime minister
thủ thành	goalkeeper
thung lũng	valley
thuật đánh kiếm; vật liệu làm hàng rào	fencing
thuê/mướn	to rent
thuế hải quan	airport tax
thuế thu nhập	income tax
thuế; cước	tax
thuốc á phiện cô cen	cocaine
thuốc bệnh hen (suyễn)	asthmatic
thuốc điếu	cigarette
thuốc gây mê làm từ mô-phin	heroin
thuốc giảm đau	painkillers
thuốc hoàn	pills
thuốc lá	tobacco
thuốc lá có mùi bạc hà	menthol (cigarettes)
thuốc mê; ma túy	drug(s)
thuốc ngừa thai	the Pill
thuốc ngủ	sleeping pills
thuốc nhuận trường; thuốc xổ	laxatives
thuốc nhức đầu	aspirin
thuốc tránh thụ thai; thuốc ngừa thai	contraceptives
thủy triều	tide
thuyền	boat
thuyền máy	motorboat
thư	letter
thư từ; bưu phẩm	mail
thư tốc hành	express mail
thư bảo đảm	registered mail
thư đường bộ; đường biển; đường sắt (không phải hàng không)	surface mail
thư ký; bộ trưởng	secretary
thư viện	library
thứ ba	third
Thứ Bảy	Saturday
thứ mười	tenth
thứ nhì	second
Thứ Sáu	Friday
thứ tự; mệnh lệnh	order
thử bom hạt nhân	nuclear testing
thử nghiệm ung thư tử cung	pap smear
thử thách; cố gắng	to try

T

thức ăn	food
(thức ăn) có nhiều chất béo	rich (food)
thức rau xanh	vegetable
thức uống	a drink
thực đơn	menu
thực hiện; hiểu rõ	to realise
thực phẩm làm từ bơ sữa	dairy products
thực vật; cây	plant
thực vật; cây cỏ	vegetation
thường; thường xuyên	often
Thượng đế	God
thương tiếc; hối hận	to regret
thương tích	injury
Ti vi	TV
liệc (lễ hội)	party (fiesta!)
tiêm/chích	to inject
tiệm bánh mì	bakery
tiệm chụp hình	camera shop
tiệm giặt bằng máy	launderette
tiệm giày	shoe shop
tiệm sách	bookshop
tiệm thời trang	clothing store
tiệm thuốc tây; hiệu thuốc	pharmacy
tiền	money
tiền lẻ	change (coins)
tiền lẻ	loose change
tiền lương	salary
tiền phạt	a fine
tiền thưởng thêm (tiền boa)	tip (gratuity)
Tiếng Anh	English
tiếng/chứng ho	a cough
tiếng kêu leng keng	ring (sound)
tiếng ồn ào	noise
tiếng phát ra trong máy điện thoại	dial tone
tiếng reo (điện thoại)	ring (of phone)
tiếng; giọng nói	voice
tiết kiệm; cứu nguy	to save
tiêu biểu; đặc tính	typical
tiêu chuẩn (thường lệ)	standard (usual)
tiểu sử	biography
tiểu thuyết	novel (book)
tìm kiếm	to look for
tìm ra; nhận thấy	to find
tìm theo dấu chân	track (footprints)
tín cậy	to trust
tin tức	news
tính phóng khoáng	outgoing

DICTIONARY

T

tính sinh lợi; tính có ích	profitability
tình trạng bị kích động đến cực độ	orgasm
tình trạng bị táo bón	constipation
tình trạng gia đình	marital status
tình tứ	romance
tĩnh mạch; mạch	vein
to; ầm ĩ	loud
to/lớn	big
to lớn	great
tòa án (pháp luật)	court (legal)
toa chở hàng; xe chở hàng	truck
toa có giường ngủ (xe lửa)	sleeping car
tòa lãnh sự	consulate
tòa nhà; dinh thự	building
toa xe lửa phục vụ bữa ăn	dining car
toàn bộ; nguyên vẹn	whole
tóc	hair
Tôi	I

Tôi ăn chay.
I'm vegetarian.

Tôi đến... bằng cách nào?
How do I get to ...?

Tôi có thể chụp hình được không?
Can (May) I take a photo?

Tôi có thể mua vé xe ở đâu?
Where can I buy a ticket?

Tôi có/bị ...
I have ...

Tôi không biết.
I don't know.

Tôi không có thể làm điều đó.
I can't do it.

Tôi không đồng ý.
I don't agree.

Tôi không đúng. (lỗi của tôi)
I'm wrong. (my fault)

Tôi không làm việc đó.
I didn't do it.

Tôi quên.
I forget.

Tôi rõ.
I see. (understand)

Tôi sai.
I'm wrong. (not right)

Tôi sẽ gọi điện thoại cho bạn.
I'll give you a ring.

Tôi thích mua ...
I'd like to buy ...

D I C T I O N A R Y

Tôi xin lỗi.
I'm sorry.

tối; tối tăm; u ám	dark
tối nay	tonight
tối qua	last night
tội lỗi/ác	sin
tốc độ	speed
tốc độ giới hạn	speed limit
tốc độ phim	film speed
tốc hành; rõ ràng	express
tổ chức	organise
tổng hợp; nhân tạo	synthetic
tổng thống; chủ tịch	president
tơ/lụa	silk
tờ (giấy)	sheet (of paper)
tờ bạc giấy	banknotes
tới/đến	to arrive
tới; đi đến	to come
tôn giáo; sự sùng bái	religion
tốn kém	to cost

Tốn bao nhiêu để đi ...?
How much does it cost to go to ...?

tốt/hay	well
tốt hơn	better
tốt nhất	best
trả công; thanh toán	to pay

trả lại	to refund
trả lại (vé)	return (ticket)
trả lại; gởi	to return
trả lời	answering
trái tim	heart
trái/quả đất	Earth
trạm kiểm soát	checkpoint
trạm xe buýt	bus station/stop
trạm xe điện ngầm	subway station
trang điểm	make up
trang sách/giấy	page
tranh cãi; biện luận	to argue
tranh minh họa	figures
trắng; màu trắng	white
trận mưa	rain
trẻ; nhỏ tuổi	young
trẻ em	baby
trên; ở trên	on
trễ	late
triệu	million

Trời đang mưa.
It's raining.

Trời có sương mù.
It's foggy.

Trời lạnh.
It's cold.

Trời nắng.
It's sunny.

DICTIONARY

T

Trời nóng.	It's hot.
It's hot.	
trợ cấp xã hội; an ninh xã hội	social security
trọng lượng; sức nặng	weight
trọng tài	referee
trò chơi	game (games)
trò chơi (thể thao)	game (sport)
trò chơi bắn banh	pinball
trò chơi bi da lỗ	pool (game)
trò chơi máy điện toán	computer games
trò đùa	fun
trò đùa; chuyện vui	joke
trong (sáu) ngày	in (six) days
trong (năm) phút	in (five) minutes
trong hai tuần lễ	fortnight
trong lúc vội vàng; vội vã	in a hurry
trong vòng	within
trong vòng một giờ	within an hour
trộn; pha; hòa lẫn	to mix

trông nom	to look after
trông nom; canh gác	to watch
trồng; thiết lập	to plant
trống rỗng	empty
trống rỗng; khuyết	vacant
trung tâm thành phố	city centre
trung tâm tìm việc	job centre
trung thành	loyal
trực tiếp; lập tức	direct
trưng bày; dẫn dắt	to show
trưng bày; triển lãm	to exhibit
trừng phạt	to punish
trước đây	before
trường đại học	university
trường cao đẳng	college
trường học	school
trường trung học	high school
trượt tuyết	to ski
tu viện	monastery
tù binh	prisoner
tủ lạnh	refrigerator
tủ nhà bếp	cupboard
tủ quần áo	wardrobe
tuần lễ	week
tuần này	this week

U

Vietnamese	English
tuần tới	next week
tuần trăng mật	honeymoon
tuần trước	last week
Tuần trước	Holy Week
ngày chủ	
nhật lễ	
Phục Sinh	
túi ngủ (dùng	sleeping bag
ngoài trời;	
đi trại ...)	
túi xách; bao	bag/handbag
tuổi	age
túp lều	mountain hut
trên núi	
tuyệt diệu	excellent/
	wonderful
tư riêng;	private
cá nhân	
từ (tháng năm)	since (May)
từ chối;	to refuse
khước từ	
từ chối;	to deny
phủ nhận	
từ ngữ	word
tử tế	kind
tử tế; xinh đẹp	nice
tự do	free (not bound)
tự điển	dictionary
tự phục vụ	self service
tục lệ	customs
tức giận	cross (angry)
tức giận;	angry
đau đớn	
tương lai	future

(tường) đá	(wall of) rock
tường/vách	wall (inside)
tỷ lệ hối đoái	exchange rate

U

uống	to drink
ước chừng	to guess

V

va li	suitcase
vách đá; mặt	cliff
đá dốc	
vách tường	city walls
thành	
vai	shoulders
ván lướt sóng	surfboard
vay/mượn	to borrow
văn bằng;	degree
học vị	
văn phòng	office
văn phòng đại	travel agency
lý du lịch	
văn phòng	telephone office
điện thoại	
văn phòng	tourist
hướng dẫn	information
khách du lịch	office
văn phòng	office work
làm việc	
vật chỉ thị	indicator
vật đút lót;	a bribe
hối lộ	
vật kỷ niệm	souvenir

U

D I C T I O N A R Y

X

vé; biên lai phạt	ticket
(vé) một chiều	one way (ticket)
về phía trước	ahead
vết bầm; vết thâm tím	a bruise
vết thương	wound
Ví dụ ...	For example ...
vi khuẩn	virus
vị trí	location
viêm bọng đái	cystitis
viên thuốc	pill
việc được nhận vào; sự thừa nhận	admission
việc làm	job
việc tiêm thuốc	injection
viện bảo tàng	museum
viết	to write
việt vị (bóng đá)	offside
vô địch; quán quân	championships
vô gia cư	homeless
vô tuyến truyền hình	television
vỏ; vỏ cùng	shell
vợ	wife
vở kịch (nhà hát)	play (theatre)
vở kịch nhiều kỳ trên đài	soap opera
vợt đánh banh	racquet
vũ trụ	universe
vua	king
vui vẻ	happy
vùng nông thôn	countryside
vùng; miền	regional
vững chắc; dày đặc	solid
vườn	gardens
vườn bách thú	zoo
vườn nho	vineyard
vườn trẻ	kindergarten

X

xa	far
xa lộ siêu tốc (có đóng lệ phí)	motorway (tollway)
xa; xa xăm; mơ hồ; hẻo lánh	remote
xà phòng	soap
xác nhận	to confirm (a booking)
xăng/xen ti mét	centimetre
xảo quyệt; gian manh	crafty
xâu; chuỗi; dây thừng	rope
xấu; kém; dở	bad
xây dựng nhà của; thiết lập	to build
xe buýt đường dài	long distance bus

**D
I
C
T
I
O
N
A
R
Y**

Y

xe buýt lớn (trong thành phố)	bus (city)
xe buýt lớn; liên thành phố	bus (intercity)
xe đạp	bicycle
xe đạp	bike
xe đạp đua	racing bike
xe đạp leo núi	mountain bike
xe điện	tram
xe hàng	van
xe hỏi/ô tô	car
xe lăn	wheelchair
xe mô tô	motorcycle
xe ríp	jeep
xét nghiệm mẫu máu	blood test

Xin ban phúc cho anh!
Bless you! (when sneezing)

Xin chào! Hê lô!
Hello! (answering telephone)

Xin chỉ đường cho tôi đến ...
Please tell me the way to ...

Xin giúp tôi! Xin giúp!
Help!

Xin lỗi. Excuse me.	
xinh; xinh xắn; xinh đẹp	pretty
xoa bóp	massage
xoong chào	pan
xô chứa	bucket
xuất sắc	marvellous
Xuất sắc! Great!	
xung quanh; vòng; hiệp	round
xưa/cổ	ancient
xưởng vẽ; xưởng phim	studio
xưởng thợ	factory
xương	bone

Y

y học	medicine
y tá	nurse
ý kiến; quan điểm	opinion
yên lặng	quiet (adj)
yêu	to love
yếu ớt; mềm yếu	weak

D I C T I O N A R Y

CROSSWORD ANSWERS

ACCOMMODATION

Across

2. **phòng tắm**
4. **ti vi**
6. **cửa sổ**
7. **khăn**
8. **sạch sẽ**

Down

1. **khách sạn**
3. **gối**
5. **vòi sen**
6. **chìa khóa**

AROUND TOWN

Across

1. **công viên**
4. **bưu điện**
6. **tượng**
7. **mở**

Down

2. **nhà băng**
3. **điện thoại**
5. **đóng**

INTERESTS

Across

3. **chụp ảnh**
4. **câu cá**
6. **thể thao**
7. **võ thuật**

Down

1. **đọc sách**
2. **nhạc**
5. **nghệ thuật**

SOCIAL ISSUES

Across

3 **sự kỳ thị**
6. **chính sách**
7. **bảo thủ**

Down

1. **ma túy**
2. **giáo dục**
4. **kinh tế**
5 **phá rừng**

SHOPPING

Across

1. quần tây
5. phim
6. tạp chí
8. áo thun

Down

2. tiệm sách
3. thuốc lá
4. thêm
7. pin
9. thiệp

FOOD

Across

2. đậu phụ
4. bánh mì ổ
6. củ tỏi
9. tương ớt

Down

1. phở bò
3. chả giò
5. ổi
7. Thịt
8. ngò

HEALTH

Across

1. đau bụng
3. cắn
6. cảm sốt
7. suyễn

Down

1. đầu
2. bác sĩ
4. ngực
5. nhà thương

I
N
D
E
X

277

INDEX

I N D E X

279

F
I
N
D
E
R

F
I
N
D
E
R

Phrasebooks

Lonely Planet phrasebooks are packed with essential words and phrases to help travellers communicate with the locals. With colour tabs for quick reference, an extensive vocabulary and use of script, these handy pocket-sized language guides cover day-to-day travel situations.

- handy pocket-sized books
- easy to understand Pronunciation chapter
- clear & comprehensive Grammar chapter
- romanisation alongside script for ease of pronunciation
- script throughout so users can point to phrases for every situation
- full of cultural information and tips for the traveller

'...vital for a real DIY spirit and attitude in language learning'
— *Backpacker*

'the phrasebooks have good cultural backgrounders and offer solid advice for challenging situations in remote locations'
— *San Francisco Examiner*

Arabic (*Egyptian*) • Arabic (*Moroccan*) • Australian (*Australian English, Aboriginal and Torres Strait languages*) • Baltic States (*Estonian, Latvian, Lithuanian*) • Bengali • Brazilian • British • Burmese • Cantonese • Central Asia • Central Europe (*Czech, French, German, Hungarian, Italian, Slovak*) • Eastern Europe (*Bulgarian, Czech, Hungarian, Polish, Romanian, Slovak*) • Ethiopian (*Amharic*) • Fijian • French • German • Greek • Hill Tribes • Hindi & Urdu • Indonesian • Italian • Japanese • Korean • Lao • Latin American Spanish • Malay • Mandarin • Mediterranean Europe (*Albanian, Croatian, Greek, Italian, Macedonian, Maltese, Serbian, Slovene*) • Mongolian • Nepali • Pidgin • Pilipino (*Tagalog*) • Quechua • Russian • Scandinavian Europe (*Danish, Finnish, Icelandic, Norwegian, Swedish*) • South-East Asia (*Burmese, Indonesian, Khmer, Lao, Malay, Tagalog Pilipino, Thai, Vietnamese*) • South Pacific (*Fijian, Fijian Hindi, Hawaiian, Kanak, Maori, Niuean, Pacific French, Pacific Englishes, Rapanui, Rarotongan Maori, Samoan, Spanish, Tahitian, Tongan*) • Spanish (*Castilian; also includes Catalan, Galician and Basque*) • Sri Lanka • Swahili • Thai • Tibetan • Turkish • Ukrainian • USA (*US English, Vernacular, Native American languages, Hawaiian*) • Vietnamese • Western Europe (*Basque, Catalan, Dutch, French, German, Greek, Irish*)

AFRICA Africa – the South • Africa on a shoestring • Arabic (Egyptian) phrasebook • Arabic (Moroccan) phrasebook • Cairo • Cape Town • Central Africa • East Africa • Egypt • Egypt travel atlas • Ethiopian (Amharic) phrasebook • The Gambia & Senegal • Kenya • Kenya travel atlas • Malawi, Mozambique & Zambia • Morocco • North Africa • South Africa, Lesotho & Swaziland • South Africa, Lesotho & Swaziland travel atlas • Swahili phrasebook • Trekking in East Africa • Tunisia • West Africa • Zimbabwe, Botswana & Namibia • Zimbabwe, Botswana & Namibia travel atlas
Travel Literature: The Rainbird: A Central African Journey • Songs to an African Sunset: A Zimbabwean Story • Mali Blues: Traveling to an African Beat

AUSTRALIA & THE PACIFIC Australia • Australian phrasebook • Bushwalking in Australia • Bushwalking in Papua New Guinea • Fiji • Fijian phrasebook • Islands of Australia's Great Barrier Reef • Melbourne • Micronesia • New Caledonia • New South Wales & the ACT • New Zealand • Northern Territory • Outback Australia • Papua New Guinea • Pidgin phrasebook • Queensland • Rarotonga & the Cook Islands • Samoa • Solomon Islands • South Australia • South Pacific phrasebook • Sydney • Tahiti & French Polynesia • Tasmania • Tonga • Tramping in New Zealand • Vanuatu • Victoria • Western Australia
Travel Literature: Islands in the Clouds • Sean & David's Long Drive

CENTRAL AMERICA & THE CARIBBEAN Bahamas and Turks & Caicos • Barcelona • Bermuda • Central America on a shoestring • Costa Rica • Cuba • Dominican Republic & Haiti • Eastern Caribbean • Guatemala, Belize & Yucatán: La Ruta Maya • Jamaica • Mexico • Mexico City • Panama
Travel Literature: Green Dreams: Travels in Central America

EUROPE Amsterdam • Andalucia • Austria • Baltic States phrasebook • Berlin • Britain • British phrasebook • Central Europe • Central Europe phrasebook • Croatia • Czech & Slovak Republics • Denmark • Dublin • Eastern Europe • Eastern Europe phrasebook • Edinburgh • Estonia, Latvia & Lithuania • Europe • Finland • France • French phrasebook • Germany • German phrasebook • Greece • Greek phrasebook • Hungary • Iceland, Greenland & the Faroe Islands • Ireland • Italian phrasebook • Italy • Lisbon • London • Mediterranean Europe • Mediterranean Europe phrasebook • Paris • Poland • Portugal • Portugal travel atlas • Prague • Provence & the Côte D'Azur • Romania & Moldova • Russia, Ukraine & Belarus • Russian phrasebook • Scandinavian & Baltic Europe • Scandinavian Europe phrasebook • Scotland • Slovenia • Spain • Spanish phrasebook • St Petersburg • Switzerland • Trekking in Spain • Ukrainian phrasebook • Vienna • Walking in Britain • Walking in Italy • Walking in Ireland • Walking in Switzerland • Western Europe • Western Europe phrasebook
Travel Literature: The Olive Grove: Travels in Greece

INDIAN SUBCONTINENT Bangladesh • Bengali phrasebook • Bhutan • Delhi • Goa • Hindi/Urdu phrasebook • India • India & Bangladesh travel atlas • Indian Himalaya • Karakoram Highway • Nepal • Nepali phrasebook • Pakistan • Rajasthan • South India • Sri Lanka • Sri Lanka phrasebook • Trekking in the Indian Himalaya • Trekking in the Karakoram & Hindukush • Trekking in the Nepal Himalaya

Travel Literature: In Rajasthan • Shopping for Buddhas

ISLANDS OF THE INDIAN OCEAN Madagascar & Comoros • Maldives • Mauritius, Réunion & Seychelles

MIDDLE EAST & CENTRAL ASIA Arab Gulf States • Central Asia • Central Asia phrasebook • Iran • Israel & the Palestinian Territories • Israel & the Palestinian Territories travel atlas • Istanbul • Jerusalem • Jordan & Syria • Jordan, Syria & Lebanon travel atlas • Lebanon • Middle East on a shoestring • Turkey • Turkish phrasebook • Turkey travel atlas • Yemen
Travel Literature: The Gates of Damascus • Kingdom of the Film Stars: Journey into Jordan

NORTH AMERICA Alaska • Backpacking in Alaska • Baja California • California & Nevada • Canada • Florida • Hawaii • Honolulu • Los Angeles • Miami • New England USA • New Orleans • New York City • New York, New Jersey & Pennsylvania • Pacific Northwest USA • Rocky Mountain States • San Francisco • Seattle • Southwest USA • USA • USA phrasebook • Vancouver • Washington, DC & the Capital Region
Travel Literature: Drive Thru America

NORTH-EAST ASIA Beijing • Cantonese phrasebook • China • Hong Kong • Hong Kong, Macau & Guangzhou • Japan • Japanese phrasebook • Japanese audio pack • Korea • Korean phrasebook • Kyoto • Mandarin phrasebook • Mongolia • Mongolian phrasebook • North-East Asia on a shoestring • Seoul • South-West China • Taiwan • Tibet • Tibetan phrasebook • Tokyo
Travel Literature: Lost Japan

SOUTH AMERICA Argentina, Uruguay & Paraguay % Bolivia • Brazil • Brazilian phrasebook • Buenos Aires • Chile & Easter Island • Chile & Easter Island travel atlas • Colombia • Ecuador & the Galapagos Islands • Latin American Spanish phrasebook • Peru • Quechua phrasebook • Rio de Janeiro • South America on a shoestring • Trekking in the Patagonian Andes • Venezuela
Travel Literature: Full Circle: A South American Journey

SOUTH-EAST ASIA Bali & Lombok • Bangkok • Burmese phrasebook • Cambodia • Hill Tribes phrasebook • Ho Chi Minh City • Indonesia • Indonesian phrasebook • Indonesian audio pack • Jakarta • Java • Laos • Lao phrasebook • Laos travel atlas • Malay phrasebook • Malaysia, Singapore & Brunei • Myanmar (Burma) • Philippines • Pilipino (Tagalog) phrasebook • Singapore • South-East Asia on a shoestring • South-East Asia phrasebook • Thailand • Thailand's Islands & Beaches • Thailand travel atlas • Thai phrasebook • Thai audio pack • Vietnam • Vietnamese phrasebook • Vietnam travel atlas

ALSO AVAILABLE: Antarctica • Brief Encounters: Stories of Love, Sex & Travel • Chasing Rickshaws • Not the Only Planet: Travel Stories from Science Fiction • Travel with Children • Traveller's Tales